சிட்டு

குருவிகளின் வாழ்வும் வீழ்ச்சியும்

தடாகம்

சிட்டு

குருவிகளின் வாழ்வும் வீழ்ச்சியும்

ஆதி வள்ளியப்பன்

தடாகம்

தடாகம்

சிட்டு : **குருவிகளின் வாழ்வும் வீழ்ச்சியும்**
ஆசிரியர் : ஆதி வள்ளியப்பன்
உரிமை : ஆசிரியருக்கு
முதற்பதிப்பு : ஜனவரி 2013
இரண்டாம் பதிப்பு : ஜுன் 2017
வெளியீடு : தடாகம்,
112, திருவள்ளுவர் சாலை,
திருவான்மியூர், சென்னை-600041
பேசி: 044-43100442 | 98400 70870
இணையதளம்: www.thadagam.com
மின்னஞ்சல்: info@thadagam.com

அட்டை மற்றும்
நூல் வடிவமைப்பு : மெய்யருள்
படங்கள்
முன் அட்டை : வின்சிலின் வின்சென்ட்
பின் அட்டை : தரங்கிணி

விலை ரூ. 90/-

ISBN : 978-81-932691-9-0

ஆதி வள்ளியப்பன் (பி.1977)

இதழாளர். சுற்றுச்சூழல், குழந்தைகள், அறிவியல் துறைகள் சார்ந்து தொடர்ச்சியாக எழுதிவருபவர். உலகை அச்சுறுத்தும் பருவநிலை மாற்றம் குறித்து 'கொதிக்குதே கொதிக்குதே' (விகடன் வெளியீடு), 'நம்மைச் சுற்றி காட்டுயிர்' (சு.தியடோர் பாஸ்கரனின் குழந்தைகளுக்கான கட்டுரைகளின் மொழி பெயர்ப்பு), 'நவம்பர் புரட்சி நூற்றாண்டு: சிறார் நூல் வரிசை' (புக்ஸ் ஃபார் சில்ரன்) உள்ளிட்ட புத்தகங்களை எழுதியவர்.

தி இந்து (தமிழ்) நாளிதழில் பணிபுரிந்து வருகிறார். தினமணி, தினகரன், இந்தியா டுடே, ஃபெமினா ஆகிய நாளிதழ்கள் - இதழ்களில் பணியாற்றி இருக்கிறார். சுற்றுச்சூழல் விழிப்புணர்வுச் செயல்பாடுகளில் ஆர்வம் கொண்டவர்.

தற்போது 'சிட்டு: குருவிகளின் வாழ்வும் வீழ்ச்சியும்' நூல் இரண்டாவது பதிப்பு காண்கிறது.

அணிந்துரை

சிட்டுக்குருவியின் வீழ்ச்சியும் நாம் பெற்ற படிப்பினையும்

எல்லாப் பறவைகளுமே அழகானவை. மனிதகுலத்திற்குப் பலவிதங்களில் நன்மை செய்பவை. சிட்டுக்குருவியும் அதில் அடக்கம். எனினும் நமக்குச் சிட்டுக்குருவிகள் ஏனைய பறவைகளைவிட கொஞ்சம் உசத்திதான். சிறு வயதிலிருந்து நம் வீட்டினருகிலேயே பார்த்துப் பழக்கப்பட்டவை சிட்டுக்குருவிகள். அவை சிறகடித்துப் பறப்பதையும், தத்தித்தத்திச் செல்வதையும், கூடு கட்ட இடம் தேடுவதையும், தானியங்களைக் கொத்திக்கொத்திச் சாப்பிடுவதையும், இரண்டு குருவிகள் சண்டையிடும்போது தங்கள் கால்களைப் பிணைத்துக்கொண்டு படபடவெனச் சிறகடித்துக் கீழே விழுவதையும் கண்டிருப்போம். நமது வீட்டில் கூடு கட்டி இருந்தால் குஞ்சுகள் எழுப்பும் ஒலியைக் கேட்டு காலையில் நாம் கண் விழித்திருப்போம்.

இப்படி நம் அன்றாட வாழ்வின் ஓர் அங்கமாக இருந்த சிட்டுக்குருவி சில பகுதிகளில் இருந்து காணாமல் போனது. இவை திடீரென ஒரே நாளில், இருந்த இடத்தைக் காலி செய்துவிட்டுப் போகவில்லை. கொஞ்சம் கொஞ்சமாக எண்ணிக்கையில் குறைந்து, பின்பு முற்றிலுமாக அற்றுப்போயின. முக்கியமாக நகரங்களின் சில பகுதிகளில். இவை ஏன் குறைந்து போயின என்பதைக் கண்டறிவதற்கு ஆராய்ச்சிகள் மேற்கொள்ளப்பட வேண்டும். அதன் பின்னரே தெளிவான காரணத்தை அறிந்துகொள்ள முடியும்.

ஓர் உயிரினம் குறைந்து போய்விட்டது என எப்போது சொல்ல முடியும்? பல காலமாக, அறிவியல்பூர்வமாகக் கணக்கெடுப்பு நடத்தி, முன்னொரு காலத்தில் எத்தனை இருந்தது, தற்போது அந்த எண்ணிக்கையில் குறைந்துபோய்விட்டது என்று சொல்ல முடியும். ஆனால், நம் வீட்டுக்கு அருகில் சிட்டுக்குருவிகள் தென்படவில்லையெனில், அந்தப் பகுதியிலிருந்தே அது முற்றிலுமாக அழிந்துவிட்டது என்று சொல்லிவிடமுடியாது.

நாமாக ஒரு காரணத்தை, வெளிநாட்டிலிருந்து இறக்குமதி செய்வதும் கூடாது.

ஆனால் நம் நாட்டில் நடந்ததென்னவோ, அதுதான். மேலை நாட்டின் மீது உள்ள மோகத்தினால் அவர்களைப் போல உடையணிந்து கொண்டோம். அவர்கள் சாப்பிடுவதையும் குடிப் பதையும் இங்கே கொண்டுவந்து நாமும் சுவைக்க ஆரம்பித்தோம், பரவாயில்லை. ஆனால், அவர்கள் நாட்டில் நடைபெற்ற நீண்டகால பறவை ஆராய்ச்சியின் அடிப்படையில் வெளிவந்த முடிவுகளை நம் நாட்டில் உள்ள பறவைகளுக்கும் பொருந்தும் எனக் கருதுவது முட்டாள்தனமான ஒன்று.

இதற்குச் சிறந்த உதாரணம், இந்தியாவில் சிட்டுக்குருவிகள் குறைந்து போனதற்குக் காரணம் செல்போன் டவர்கள் எனச் சொல்வது. ஸ்பெயினில் சில காலம் நடைபெற்ற ஆராய்ச்சியின் முடிவில், செல்போன் டவர்களிலிருந்து வெளிவரும் மின்காந்த அலைகளும்கூட அங்குள்ள சிட்டுக்குருவிகளின் எண்ணிக்கை வீழ்ச்சிக்குக் காரணமாக இருக்கலாம் என்று ஒரு ஆராய்ச்சிக் குறிப்பு சொன்னது. இதை வைத்துக்கொண்டு, அது நம் நாட்டுக்கும் பொருந்தும் எனச் சொல்லமுடியாது. உணவையும் உடையையும் அவர்களைப் பார்த்து ‘காப்பி அடித்ததைப்’ போல, இதையும் செய்ய முடியாது.

ஆனால், இந்தியாவில் சிட்டுக்குருவியின் வீழ்ச்சிக்குச் சில அரைவேக்காட்டு ஆராய்ச்சியாளர்கள் இந்தக் காரணத்தையே கற் பித்தனர், அவர்களின் கூற்றை நம்பிய பல வெகுசன ஊடகங்களும், இந்தக் காரணத்தையே பிரபலபபடுததியதால, இப்போது யாரைக் கேட்டாலும் ‘சிட்டுக்குருவி குறைந்துவிட்டதா? அதற்குக் காரணம் செல்போன் டவர்கள்தான்’ என்று சொல்லுகின்றனர். இது நமது அறிவியல் மனப்பான்மையின்மையையே காட்டுகிறது.

இதைப் போன்ற அறிவியல் ஆதாரமற்ற செய்திகள் பரவாமல் இருக்க வேண்டுமானால், உண்மையான காரணங்களை அலசி ஆராய்ந்து எடுத்துரைப்பது மிகவும் இன்றியமையாதது. அதைத்தான் ஆதி வள்ளியப்பன் இந்நூலில் செய்துள்ளார். சிட்டுக்குருவிகளின் வாழ்க்கை முறை, அவை நமது பண்பாட்டில் எப்படி இரண்டறக் கலந்திருக்கின்றன என்பதைப் பற்றிய சுவாரசியமான செய்திகளை இந்நூலில் தந்திருக்கிறார். அதுவும், குழந்தைகள் முதல் பெரியோர் வரை அனைவரும் புரிந்துகொள்ளும் எளிய நடையில்.

மேலைநாடுகளில் ஏற்பட்ட சிட்டுக்குருவியின் வீழ்ச்சியால், இந்தியாவில் நாம் பெற்ற படிப்பினை என்ன? நம் நாட்டில் சுமார் 1,300 பறவையினங்கள் உள்ளன. அவற்றைப் பற்றி நீண்டகால ஆராய்ச்சி, கணக்கெடுப்புப் பணி முதலிய அறிவியல்பூர்வமான

தகவல் சேகரிக்கும் திட்டங்களைப் பெருமளவில் ஊக்குவிக்க வேண்டும். பறவைகளின் வாழிடங்களைப் பாதுகாக்கும் பணியில் ஈடுபடவேண்டும். கானமயில் (Great Indian Bustard) என்றொரு பறவை இனம் ஒரு காலத்தில் தமிழகத்தின் வெட்டவெளிகளிலும், பரந்த புல்வெளிகளிலும் திரிந்து கொண்டிருந்தது. ஆனால் தொடர்ச்சியாக வேட்டையாடப்பட்டதாலும், மக்கள்தொகை பெருக்கத்தால் அவற்றின் வாழிடம் அழிக்கப்பட்டதாலும், இன்று அப்படி ஒரு பறவை நம்மிடையே இருந்தது என்பதே பலருக்குத் தெரியாமல் போய்விட்டது.

ஒரு காலத்தில் ஆயிரக்கணக்கில் வானில் வட்டமிட்டுக் கொண்டிருந்த பாறுக் கழுகுகள் (Vultures) இன்று ஒன்றிரண்டாகக் குறைந்து, காண்பதற்கு அரிதாகிவிட்டன. இன்று நம் கண்ணெதிரே சில பகுதிகளில் இருந்து காணாமல் போன சிட்டுக்குருவியை முன்னுதாரணமாகக் காட்டி, பல இடங்களில் அற்றுப்போய்க் கொண்டிருக்கிற பல அரிய பறவையினங்களைக் காப்பாற்றும் எண்ணத்தை மக்களிடம் உருவாக்கவேண்டும்.

புறவுலகின்பால் நாட்டம் ஏற்பட, மனிதன் அல்லாத மற்ற உயிரினங்களின் மீதும், அவை வாழும் இடங்களின் மீதும் கரிசனம் ஏற்படவும், அவற்றைப் பாதுகாக்கும் முயற்சியில் இறங்கவும் அடிப்படையாக அமைவது பறவைகளை நோக்குவது (Bird watching) போன்ற செயல்பாடுகள்தான். அதுவும் சிறு வயது முதலே இப்படி இயற்கையை ரசித்துப் போற்றும் செயல்களில் ஈடுபடுவது புறவுலகை மதிக்கும் தலைமுறையை உருவாக்கும். புறவுலகின்பால் நமக்கு உள்ள ஆர்வத்தை வளர்த்துக்கொள்ள சிட்டுக்குருவி போன்று மனிதர்கள் வசிக்கும் பகுதிகளிலேயே சுற்றித் திரியும் பறவைகளைத் தொடர்ச்சியாக நோக்குவதிலிருந்து தொடங்கலாம். அவற்றின் எண்ணிக்கை குறையாமல் பாதுகாக்க வேண்டிய காரியங்களில் நாமும் ஈடுபடலாம். அதற்கான ஆர்வத்தையும் ஊக்கத்தையும் இந்நூல் நிச்சயமாகத் தரும்.

8-12-2012

ப. ஜெகநாதன்

காட்டுயிர் ஆராச்சியாளர்
நேச்சர் கன்சர்வேஷன் ஃபவுண்டேஷன்
(என்.சி.எஃப்), மைசூர்.
jegan@ncf-india.org

முன்னுரை

நான் திருச்சியில் இருந்த காலத்தில் பறவைகள் மீது ஆர்வம் திரும்பிய பிறகு, எங்கள் வீட்டு புழக்கடைத் தோட்டத்துக்கு வரும் பறவைகளை நோக்குவது எனது பழக்கமானது. ஆனால் அதற்கு முன்னதாகவே எங்கள் வீட்டில் காக்கை, கரும்பருந்து, கொண்டைக் குருவி, தையல்சிட்டு, கதிர்க்குருவி எனப் பல பறவைகள் கூடுவைத்து இனத்தைப் பெருக்கியிருந்தன. இந்தப் பறவைகள் அனைத்துக்கும் முன்னதாக எங்கள் வீட்டில் கூடு வைத்து இனத்தைப் பெருக்கியவை சிட்டுக்குருவிகள். அவை எங்கள் வீட்டில் கூடு வைப்பதை நிறுத்தி நாளாகிறது என்பது மட்டும்தான் இதில் வித்தியாசம்.

இந்தப் புத்தகம், சிட்டுக்குருவிகள்மீது தனிப்பட்ட முறையில் எனக்கு உள்ள ஆர்வத்தின் காரணமாக எழுதப்பட்ட ஓர் அறிமுகப் புத்தகம். சிட்டுக்குருவிகளின் வாழ்க்கை முறையைப் பற்றிய தொகுப்பு என்று இதைச் சொல்லலாம். அதேநேரம், காட்டுயிர்கள், சூழலியல் பாதுகாப்பைப் பற்றி பேசும்போது வெறுமனே உணர்ச்சிவசமாகப் பேசுவது, உரிய பலனைத் தராது என்பது நிரூபிக்கப்பட்ட உண்மை. எனவே, சிட்டுக்குருவிகள் அழிவு பற்றி இவ்வளவு பரபரப்பு ஏற்படுத்தப்படுவதற்குப் பின்னணியில் உண்மை இருக்கிறதா என்பதைப் பற்றி இந்தப் புத்தகத்தில் பேசியிருக்கிறேன். அந்தப் பகுதிகள் அறிவியல் ஆராய்ச்சி சார்ந்தவை. இந்தப் பகுதிகளை கட்டாயம் சேர்க்க வலியுறுத்தி, அதற்கான தரவுகளைத் திரட்டித் தந்து, நூலில் தகவல் பிழைகள் இல்லாமல் இருக்க உதவி புரிந்தவர் காட்டுயிர் ஆராய்ச்சியாளர் ப.ஜெகநாதன்.

இந்தச் சிறு புத்தகத்தை எழுத ஒரு வகையில் காரணமாக இருந்தவர் அவர்தான். 'சிட்டிசன் ஸ்பாரோ' என்ற சிட்டுக் குருவிகள் இணையதளக் கணக்கெடுப்பை தமிழகத்தில் பெரிய அளவில் முன்னெடுக்க முயற்சிகளை மேற்கொண்ட அவர், தமிழில் காட்டுயிர்கள் பற்றி பரவலாகப் பேசவும், எழுதவும் முயற்சிகளை மேற்கொண்டு வருபவர். அவரைப் போன்றவர்கள் தமிழில் எழுதுவதும், காட்டுயிர்களைக் காக்கும் முயற்சியில் ஈடுபட்டிருப் பதும் என்னைப் போன்றவர்களுக்கு உத்வேகம் அளிக்கிறது. இந்த ஆண்டு சிட்டுக்குருவிகளைப் பற்றி நிறையப் படித்து, பேச ஆரம்பித்த பிறகு, சென்னை ராதாகிருஷ்ணன் சாலையில் உள்ள சிட்டி சென்டருக்குப் பின்பக்கம் ஒரு ஜோடியைப் பார்க்க

முடிந்தது. அகில இந்திய வானொலி அலுவலகம் அருகே சில சிட்டுக்குருவிகள் இருப்பதாகக் கேள்விப்பட்டேன். அதேபோல, மெரினா கடற்கரைப் பகுதியிலும் சிட்டுக்குருவிகள் இருப்பதாக நண்பர்கள் கூறினார்கள். சிட்டுக்குருவிகள் ஆங்காங்கே தப்பிப் பிழைத்திருப்பது பற்றிய இந்தத் தகவல்கள், சற்று ஆசுவாசத்தைத் தந்தன. சென்னை நகரத்தின் கடும் நெருக்கடிகளுக்கு மத்தியிலும், இந்தச் சின்னஞ்சிறு பறவைகள் எப்படியோ உயிர்வாழ்வதைப் பார்க்கும்போது ஆச்சரியமும், கூடவே நம்பிக்கையும் எட்டிப் பார்க்கிறது.

ஆனால், எத்தனையோ காட்டுயிர்கள், பறவைகள் அழிவின் விளிம்புக்குத் தள்ளப்பட்டுள்ள நிலையில் சிட்டுக்குருவிகளைக் காப்பாற்றுவது ரொம்ப முக்கியமா, அவசியமா என்ற கேள்வியும் வரலாம். உண்மையிலேயே புலிகளுக்குப் பாதுகாப்பை அதிகரிப்பதால் காடும் மற்ற உயிரினங்களும் காக்கப்படும். அதுபோலவே சிட்டுக்குருவிகளைக் காப்பாற்றுவது பற்றிய விழிப்புணர்வு ஒரு தொடக்கம் மட்டுமே. இது அனைத்து உயிரினங்களையும் உயிரினப் பன்மையையும் (Biodiversity) காப்பாற்றும் முயற்சியாக விரிவுபடுத்தப்பட வேண்டும். வெறுமனே, சிட்டுக்குருவிகளை மட்டும் தனியாகக் காப்பாற்றிவிடவும் முடியாது. நமது சுற்றுப்புறமும் சூழலியலும் பாதுகாக்கப்படும் போதுதான், சிட்டுக்குருவி மட்டுமின்றி அனைத்து உயிரினங்களும் ஆரோக்கியமாக வாழமுடியும். எனவே, சிட்டுக்குருவிகளின் வீழ்ச்சி சார்ந்த விழிப்புணர்வு, ஒட்டுமொத்த சூழலியலைப் பாதுகாப்பதற்கான அவசியத்தை வலியுறுத்த வேண்டும். அந்தப் பெருமுயற்சியில் இந்த நூல் சிறு துரும்பை அசைத்தாலும் மகிழ்வேன்.

டிசம்பர், 2012

ஆதி வள்ளியப்பன்

சென்னை

(valliappanpress@gmail.com)

சிட்டுக்குருவிக்கு திடீர் கரிசனம் அவசியமா?

'உலக சிட்டுக்குருவிகள் நாள்' ஒவ்வோர் ஆண்டும் கோலாகலமாகக் கொண்டாடப்படுகிறது. தகவல் சுனாமி வீசும் இந்தக் காலத்தில், சிட்டுக் குருவிகளும் ஓரமாக இருந்துவிட்டுப் போகட்டும் என்று சிட்டுக் குருவிகளைக் காப்பாற்றும் விழிஸ்ப்புணர்வுச் செய்திகளை எல்லோருக்கும் பரப்பிவிட்டுத் திருப்தியடைந்துவிடுகிறோம். ஆனால், சிட்டுக்குருவிகள் நாள் உருவான பூர்வாசிரமக் கதை ரொம்பவே சிக்கலாக இருக்கிறது. அது முன்வைக்கும் கோரிக்கையும் அறிவியலுக்கு எதிரானதாக இருக்கிறது. எப்போதுமே கவனம் பெற வேண்டிய முக்கியமான விஷயங்கள், தேவையற்ற விஷயங்களால் கவனச்சிதறலுக்கு உள்ளாக்கப்படுகின்றன என்ற வாதம், சிட்டுக்குருவிகள் நாள் கொண்டாட்டத்தில் உண்மையாகியுள்ளது.

எது அழிவின் விளிம்பில்?

சிட்டுக்குருவிகளைக் காப்பாற்ற வலியுறுத்தும் 'உலகச் சிட்டுக்குருவிகள் நாள்' 2009—ம் ஆண்டு மார்ச் 20—ம் தேதி முதல் கொண்டாடப்பட்டு வருகிறது. உண்மையில் சிட்டுக்குருவிகள் அழிவின் விளிம்புக்குச் சென்றுவிட்டனவா என்று கேட்டால், நிச்சயமாக இல்லை. ஆனால், நம் நாட்டில் வேங்கைப் புலிகள் 2,300, யானைகள் 30,000, சிறுத்தைகள் 7,700 உள்ளன. ஆனால், லட்சத்துக்குக் குறையாத சிட்டுக்குருவிகள் இந்தியாவில் இருக்கும் நிலையில்தான், சிட்டுக்குருவிகளைக் காப்பாற்ற வேண்டுமென்ற குரல் ஆர்ப்பாட்டமாக ஒலிக்கிறது.

அறிவியல்பூர்வமாக எந்த ஓர் உயிரினமும் அழிவின் விளிம்புக்குத் (Endangered) தள்ளப்பட்டுள்ளது என்ற வரையறைக்கும் சிட்டுக்குருவிகளின் எண்ணிக்கைக்கும் சம்பந்தமே இல்லை. நெருக்கடிகள் மிகுந்த சென்னை நகருக்குள் இன்னும் பல இடங்களில் சிட்டுக்குருவிகள் உயிர் பிழைத்திருப்பதே, அவை அழிவின் விளிம்புக்குத் தள்ளப்படவில்லை என்பதற்கு அத்தாட்சி.

திசை திருப்பல்

சிட்டுக்குருவிகள் மீதான அக்கறை பெருகுவதால் என்ன பிரச்சினை? சுற்றுச்சூழல் கரிசனம் பரவலாவது நல்லதுதானே என்று கேட்கலாம். அங்கேதான் பிரச்சினையே. நாட்டில் இதுவரை கணக்கிடப்படாலும், ஆராயப்படாமலும் கணக்கற்ற உயிரினங்கள் அழிவின் விளிம்புக்குத் தள்ளப்பட்டுவிட்டன. அவற்றின் மீது மக்கள் அக்கறையும் பெரிதாகத் திரும்பவில்லை. காட்டுயிர்கள்,

காடுகள் பாதுகாப்பு, அது தொடர்பான ஆராய்ச்சிக்கு அரசும் உரிய நிதியை ஒதுக்குவதில்லை.

இந்தப் பின்னணியில் சிட்டுக்குருவிகள் மீதான அக்கறையை மேம்போக்கான சுற்றுச்சூழல் கரிசனத்தின் வெளிப் பாடாகவே பார்க்க முடிகிறது. நகர்ப்புறங்களில் சிட்டுக்குருவிகள் வாழ்வதற்கு ஏற்ற சூழல் இல்லை. மனிதர்களே நூற்றுக்கணக்கான நோய்கள், நெருக்கடிகளுடன் நகரங்களில் வாழும் நிலையில், சிறு பறவையான சிட்டுக்குருவி மட்டும் எப்படி உயிர்த்திருக்க முடியும்? ஆனால், இயற்கை சீர்குலைக்கப்படாத பகுதிகளில், இயற்கை கொஞ் சமாவது ஒட்டியிருக்கும் பகுதிகளில் சிட்டுக்குருவிகள் இன்னமும் வாழவே செய்கின்றன.

எப்படி வந்தது?

சிட்டுக்குருவிகள் நாளோடு சேர்ந்து, தவறாகப் பிரச்சாரம் செய்யப்பட்ட இன்னொரு விஷயம்: செல்போன் கோபுரங்களால் சிட்டுக்குருவிகள் அழிகின்றன என்ற கருத்து. இதுவரை எந்த அறிவியல் ஆராய்ச்சியும் இந்தக் காரணத்தை நிரூபிக்கவில்லை. இந்தக் காரணத்தை பிரபலப்படுத்தியவர் முகமது திலாவர்.

மகாராஷ்டிர மாநிலம் நாசிக்கைச் சேர்ந்த இவர், ஒரு பறவை ஆர்வலர். 2010—ம் ஆண்டில் தனது பிறந்தநாளை ‘உலகச் சிட்டுக்குருவிகள் நாள்’ என்ற பெயரில் இவரே பிரபலப்படுத்த ஆரம்பித்தார். அதுதான் இன்றைக்கு நாடெங்கும் பெரிய அளவில் கொண்டாடப்படுகிறது.

எங்கே வந்து சேர்ந்திருக்கிறோம்?

அழிவின் விளிம்புக்கு உண்மையிலேயே தள்ளப்படாத ஒரு நகர்ப்புறப் பறவையான சிட்டுக்குருவி வேறிடத்துக்கு நகர்ந்தது தொடர்பாக மக்கள், அரசின் கவனம் வலிந்து திருப்பப்படுவதால், மற்ற உயிரினங்கள்—பறவைகள் மீதான கவனம் திசைதிருப்பப் படுகிறது என்பதில் சந்தேகமில்லை. இதே காரணத்தைச் சொல்லி வெளிநாடுகளில் இருந்து கிடைக்கும் பொருளாதார நிதி உதவிகளும்கூட திசைதிருப்பப்படலாம். இந்த இடத்தில் மற்றொரு விஷயத்தை நாம் நினைவுகூர்ந்தாக வேண்டியிருக்கிறது.

இந்தியப் பறவைகளைப் பற்றி ஆராய்ச்சி செய்வது, பாதுகாப்பது, பிரபலப்படுத்துவதிலேயே தன் வாழ்நாள் முழுவதையும் கழித்த இந்தியாவின் ‘பறவை மனிதர்’ சாலிம் அலியின் பிறந்த நாளை, எந்த ஆர்ப்பாட்டமும் இன்றி ஆண்டுதோறும் கடந்துகொண்டுதான் இருக்கிறோம். ஆனால், யாரோ ஒரு ஆர்வலரின் பிறந்தநாள், இல்லாத ஒரு காரணத்துக்காக பெரிதாகக் கொண்டாடப்படுகிறது. இதுதான் நாம் வந்தடைந்துவிட்ட மோசமான புள்ளி.

சமர்ப்பணம்

காட்டுயிர் உலகுக்கு என்னைக்
கைப்பிடித்து அழைத்துவந்த
காட்டுயிர் ஒளிப்பதிவாளர்
அல்போன்ஸ் ராய்
மற்றும்
'பூவுலகின் நண்பர்கள்'
நெடுஞ்செழியனுக்கு

நன்றி

காட்டுயிர் ஆராய்ச்சியாளர் **ப.ஜெகநாதன்**
காட்டுயிர் ஆர்வலர், பேராசிரியர் **த.முருகவேள்**
காட்டுயிர் ஒளிப்படக் கலைஞர் **ஏ.சண்முகானந்தம்**
காட்டுயிர் ஆர்வலர் 'அருளகம்' **சு.பாரதிதாசன்**
கே.கார்த்தி, ஆராய்ச்சி மாணவர், TERI
கீற்று ரமேஷ்
சரோஜினிதேவி, ஆல் இந்தியா ரேடியோ
கவிஞர் **ஆசை**
ஓவியர் **ராஜு**
காட்டுயிர் ஒளிப்படக் கலைஞர்கள்
ராம்கி, கல்யாண் வர்மா
இதழாளர் **ந.வினோத் குமார்**

உள்ளே

19	சிட்டுக்குருவிகள் எங்கள் வீட்டுக்கு வருவதை நிறுத்திவிட்டன
23	சிட்டுக்குருவிகள்: அறிமுகம்
27	சிட்டுக்களின் வாழ்க்கைமுறை
39	மனிதர்களும் சிட்டுக்குருவிகளும்
44	சிட்டுக்குருவிகளின் அழிவு
59	சிட்டுக்குருவி கணக்கெடுப்பு: தமிழக நிலைமை என்ன?
65	சிட்டுக்குருவிகளைக் காப்பாற்ற என்ன செய்யலாம்?

பின்னிணைப்பு

69	வீடு தேடி வந்த சிட்டுக்குருவிகள்!
72	செல்போன் கதிர்வீச்சு யாருக்கு எதிரி?
75	அழிவின் விளிம்பில் இருக்கும் மற்ற பறவைகள்
77	ஒரு கவிதை
78	மேலும் வாசிக்க...
80	புத்தகத்தின் முதல் பதிப்புக்கு வந்த மதிப்புரைகள்

சிட்டுக்குருவிகள்
எங்கள் வீட்டுக்கு வருவதை நிறுத்திவிட்டன

சில ஆண்டுகளுக்கு முன் சென்னைப் பறவைப் பந்தயத்தில் (Chennai Bird Race) பங்கேற்றபோது, சென்னையில் வாழும் பறவை வகைகளைக் கணக்கெடுக்கும் வேலையில் நானும் சில நண்பர்களும் ஈடுபட்டிருந்தோம். ஒரே நாளில் காலை ஆறு மணியில் இருந்து மாலை ஆறு மணிக்குள் எத்தனை வகைப் பறவைகளைக் குறிப்பிட்ட எல்லைக்குள் பதிவு செய்கிறோம் என்பதுதான் போட்டி. கிட்டத்தட்ட 49—க்கும் மேற்பட்ட பறவைகளைப் பார்த்து விட்டோம். "கவலைப்படாதீர்கள் இன்னும் ஒரு பறவைதானே, போட்டியின் இறுதி நிகழ்ச்சிக்குச் செல்லும் முன் சிட்டுக்குருவியைப் பார்த்துவிட்டால் 50 ஆகிவிடும்" என்று நம்பிக்கையுடன் கூறினார், எங்களை வழிநடத்திச் சென்றவரும் ரயில்வே துறையில் பணிபுரிந்துவருபவருமான பறவை ஆர்வலர் எஸ்.ஜெயசங்கர். காக்கை போன்ற சாதாரண பறவைகளைக் காலையில் புறப்பட்ட உடனே பார்த்துவிட்டோம். 10 ஆண்டுகளுக்கு முன்பு பார்க்கும் இடமெல்லாம் படபடவென்று பறந்து திரிந்துகொண்டிருந்த சிட்டுக்குருவிகளை அன்றைக்குத் தேடித்தான் கண்டுபிடிக்க வேண்டியிருந்தது.

அதிர்ஷ்டவசமாக நான் அப்போது வாழ்ந்து கொண்டிருந்த சென்னை மந்தைவெளி ராஜா தெருவுக்கு அருகேயிருந்த ராஜா கிராமணி தோட்டம் என்ற சிறிய சந்துப் பகுதியில் 10—12 சிட்டுக்குருவிகள் வாழ்ந்து வந்தன. கீழ் நடுத்தர வர்க்க மக்கள் அதிகம் வாழும் பகுதி அது. சென்னையின் இதுபோன்ற சில பகுதிகளில், இன்னமும் சிட்டுக்குருவிகள் எஞ்சி இருக்கின்றன. இந்த நிகழ்வு என் மனதில் சிட்டுக்குருவிகள் பற்றிய ஞாபகங்களைக் கிளறி விட்டது.

சிட்டுக்குருவிகள் குறித்த எனது ஞாபகங்கள் மனதின் ஓரத்தில் எப்போதும் நிரந்தரமாகக் குடிகொண்டிருக்கின்றன. முழுக்க முழுக்க நகரத்திலேயே வாழ்ந்த எனக்கு, சிட்டுக்குருவி மனதுக்கு மிகவும் நெருக்கமான பறவை என்று சொல்லலாம். சிட்டுக்குருவிகள் குறித்த எனது நினைவுகள் சின்ன வயதிலேயே தொடங்கிவிட்டன. திருச்சி தில்லைநகர் ராம்நகர் காலனியில் நான் வளர்ந்த 80—களின் தொடக்கத்தில் எங்கள் வீட்டு ஜன்னல் கம்பி வழியாக தினசரி உள்ளே பறந்துவந்து, எங்களது வீட்டுப் பரணில் அடுக்கி வைக்கப்பட்டிருந்த புத்தகங்கள், இதர பொருள்களுக்கு

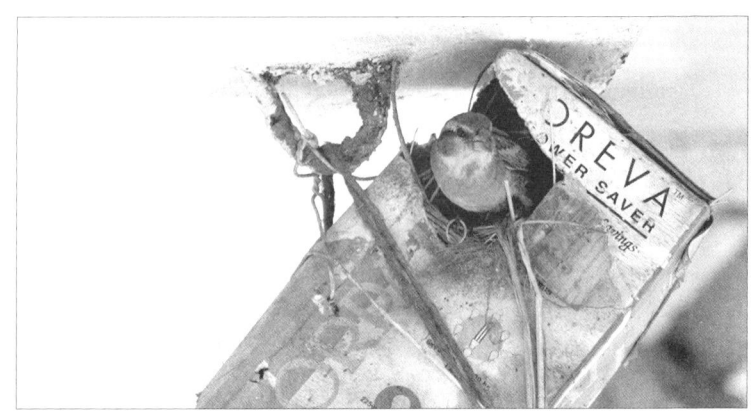

மூங்கில் குழாய்க் கூட்டிலிருந்து வெளியே வரும் பெண் குருவி

இடையே வைக்கோலால் கூடு கட்டி இனப்பெருக்கம் செய்தது ஒரு சிட்டுக்குருவி குடும்பம். அதே வீட்டின் மற்றொரு பகுதியில் மின்சார மீட்டர் பாக்ஸ் இடைவெளியில் பல சிட்டுக்குருவிகள் கூடமைத்து, குஞ்சு பொரித்து சந்தோஷமாக வாழ்ந்துள்ளன. அந்த நேரத்தில் என் தம்பி பிறந்திருந்தான் என்பதால், அந்தச் சிட்டுக் குருவிகள் என் ஞாபக அடுக்குகளில் ஆழமாகப் பதிந்துவிட்டன.

திருச்சி தென்னூர் அண்ணாநகர் பகுதிக்கு 1980—களின் மத்தியில் நாங்கள் குடியேறியிருந்தோம். அந்த வீட்டில் காற்று வருவதற்காக அறையின் மேற்பகுதியில் விடப்பட்டிருந்த வென்டிலேட்டர் வழியாக உள்ளே வந்த ஒரு சிட்டுக்குருவி

கூட்டிலிருந்து எட்டிப் பார்க்கும் ஆண் குருவி

விநோதச் சிட்டுக் குருவிகள்

ஆங்கிலத்தில் காட்டுயிர்களைப் பற்றி குழந்தைகளுக்கு எழுதும் இரண்டு எழுத்தாளர்கள் புகழ்பெற்றவர்கள். முதலாமவர் ரஸ்கின் பாண்ட். இரண்டாமவர் ரஞ்சித் லால். சிட்டுக்குருவிகள் தன் வீட்டில் கூடு கட்டியது தொடர்பான ரஞ்சித் லாலின் அனுபவம், சில வகைகளில் என்னுடைய அனுபவத்தை ஒத்திருந்தது. எனவே, அந்த அனுபவத்தை கீழே தந்திருக்கிறேன்:

மும்பையில் பல ஆண்டுகளுக்கு முன் நான் வாழ்ந்தபோது, ஒரு சிட்டுக்குருவி ஜோடி வைக்கோல், சணலைக் கொண்டு எனது சீலிங் ஃபேனின் குழிப் பகுதியில் கூடு கட்டியிருந்தது. கடவுளே! இந்த சிட்டுக்குருவிகள் எப்படிப்பட்ட பெற்றோர்களாக இருக்க முடியும் என்று எனக்குத் தோன்றியது. கொஞ்சம் கற்பனை செய்து பாருங்கள்: நீங்கள் ஒரு குருவிக் குஞ்சாக இருந்தால், ஆச்சரியமும் படபடப்பும் நிரம்பிய உங்களுடைய முதல் பறக்கும் அனுபவம் எப்படியிருக்கும்? நேரடியாக தரையில் விழுவீர்களா அல்லது உங்கள் கூட்டின் முனையில் தொற்றிக்கொண்டு கீழே எட்டிப் பார்ப்பீர்களா? உங்களுக்குக் கீழே மூன்று கொலைகார இரும்பு பிளேடுகள் அதிவேகமாகச் சுற்றிக்கொண்டிருக்கும். அது தலையைச் சுற்ற வைக்கும். உங்கள் பெற்றோர் கொஞ்சம் பயங்கரமான இடத்தில்தான் கூட்டைக் கட்டியிருக்கிறார்கள். அதைவிட பயங்கரம் என்னவென்றால், அவர்கள் இந்த ஃபேன் பிளேடுகளைக் கடந்துதான் உங்களுக்கு உணவு கொண்டு வருகிறார்கள். உங்களுக்கும் உங்கள் சகோதர, சகோதரிகளுக்கும் தேவையான உணவை அவர்கள் எத்தனை முறை எடுத்துவர வேண்டும் என்று கடவுளுக்குத்தான் தெரியும்.

எழுத்தாளர் ரஞ்சித் லால்

ஆனால், இந்த ஆபத்தான கூட்டைப் பற்றி அந்தக் குருவிக் குஞ்சுகளும் அவற்றின் பெற்றோரும் என்ன நினைக்கும் என்பது பற்றி எனக்கு நிஜமாகவே தெரியாது.

இருந்தாலும் கூடு கட்டுவதற்கான ரொம்ப முட்டாள்தனமான இடம் ஃபேன் என்பதில் சந்தேகமில்லை. ஒரு முறை ஃபேன் சுற்றிக்கொண்டிருந்தபோது பெற்றோர் பறவையில் ஒன்று, அடிபட்டு இறந்துவிட்டது.

அதனால் அந்த ஃபேன் இறக்கைகளைக் கழற்றி வைக்க வேண்டியதாகிவிட்டது. அந்த நேரத்தில் ஒரு குஞ்சுதான் பறக்கும் பயிற்சிபெற்று வெளியேறி இருந்தது. மற்றொன்று பறக்கக் கற்றுக்கொண்டிருந்தது.

நன்றி: Birds from my Window, Ranjit Lal, Thulika

ஜோடி, உள்அறையின் மேற்பகுதியில் இருந்த மற்றொரு சிறிய வென்டிலேட்டர் பகுதியில் வைக்கோல் வைத்துக் கூடுகட்டியது. அந்தக் குருவிகளுக்குத் தைரியம் சற்று அதிகமாகத்தான் இருந்திருக்க வேண்டும். அவையும் பிறக்கப் போகும் அவற்றின் குஞ்சுகளும் ஒரு சில செ.மீ. நகர்ந்தாலும் கீழே விழுந்துவிடக் கூடிய சிறிய பரப்பில், தைரியமாகக் கூடு கட்டி வாழ்ந்தன. அவை வெளி வென்டிலேட்டர் துளை வழியாக தினசரி உள்ளேவந்து, கூட்டுக்குப் போவதற்கு இடையில்தான் எங்கள் வீட்டு மின்விசிறி இருந்தது.

குருவிகள் வரும் நேரத்தில் மின்விசிறியைப் போடாமலிருப்பதை நாங்கள் வழக்கமாகக் கொண்டிருந்தோம். எதிர்பாராத ஒரு நாளில் மாலை, இரவுக்கு இடைப்பட்ட நேரத்தில் மின்விசிறி வேகமாகச் சுழன்று கொண்டிருந்தபோது உள்ளே பறந்துவந்த தாய்க்குருவி, மின்விசிறியின் வேகத்தைக் கணிக்காமல் அடிபட்டுச் சிதறிவிட்டது. எங்களுக்கு அது மிகப்பெரிய வருத்தத்தைத் தந்தது என்பதைத் தனியாகச் சொல்லவேண்டியதில்லை. எங்கள் வீட்டுக்குள் கூடமைத்த கடைசி சிட்டுக்குருவி அதுதான். அதற்குப் பிறகு சிட்டுக்குருவிகள் எங்கள் வீட்டுக்குள் வரவில்லை.

சிட்டுக்குருவிகள் : அறிமுகம்

கடந்த 15—20 ஆண்டுகளுக்கு முன் நீங்கள் பிறந்திருந்தால், உங்களுக்கு அறிமுகமான முதல் பறவை சிட்டுக்குருவியாகத்தான் இருந்திருக்கும். உங்கள் சின்ன வயது ஞாபகங்களில் சிட்டுக்குருவிக்கு முக்கியமான ஒரு இடம் இருந்திருக்கும்.

10 ஆண்டுகளுக்கு முன்வரை முழுக்கமுழுக்க நகரத்திலேயே வாழ்ந்த பலருக்கு, சிட்டுக்குருவி மனசுக்கு நெருக்கமான பறவையாக இருந்தது. மனிதர்களால் பழக்கப்படுத்தப்படாத உயிரினங்களில் ஒன்று சிட்டுக்குருவி. வாழ உகந்த சூழ்நிலை இருக்கும் பட்சத்தில் பல உயிரினங்கள் ஊருக்குள் வரும். அணில், காகம், குருவி, பல்லி, சிலந்தி, எறும்பு, தட்டான்.... இப்படி சொல்லிக்கொண்டே போகலாம். இவை எதுவுமே பழக்கப்படுத்தப்பட்ட உயிரினங்கள் அல்ல. இவற்றைப் போலவே சிட்டுக்குருவிகளும் மனிதனை அண்டி, வாழப் பழகிக்கொண்டுவிட்டன.

ஆண் குருவி

ஆதி வள்ளியப்பன்

சிட்டுக்குருவிகள் மனிதர்களின் நெருக்கத்துக்கு அஞ்சாதவை. ஓரிடம் பாதுகாப்பாக இருக்கிறது என்று உணர்ந்துகொண்டால், பிறகு உரிமையுடன் அங்கே கூடு கட்ட ஆரம்பித்து விடும். குழந்தைகளுக்குச் சின்ன வயதிலேயே அறிமுகமாகும் சிட்டுக் குருவிகள், நம்முடைய குழந்தைப் பாடல்கள், சினிமா பாடல்கள், கிராமப்புறம் சார்ந்த ஓவியங்கள் என்று நமது பண்பாட்டின் ஒரு அடையாளமாகவே மாறிவிட்டன.

'10 ஆண்டுகளுக்கு முன்னாடிவரை நகரங்களில் பார்க்கும் இடமெல்லாம் படபடன்னு பறந்து திரிஞ்சுக்கிட்டிருந்த சிட்டுக் குருவிகளை இன்றைக்கு அதேமாதிரி பார்க்க முடியுதா'ன்னு கேட்டால், 'இல்லை' என்றுதான் சொல்லணும். 'உங்கள் வீட்டில் சிட்டுக்குருவிகள் கடைசியாக எப்போது கூடுவைத்தன, நம், தெருவில் சிட்டுக்குருவிகளைப் பார்த்து எவ்வளவு நாளாச்சு' என்ற கேள்விகளுக்குப் பெரும்பாலும் 'இல்லை' என்ற பதிலே கிடைக்கிறது.

'சிட்டுக்குருவி இனம் அழியும் ஆபத்துக்குத் தள்ளப்பட்டு விட்டது'ன்னு செய்திகள் அடிபடுவதை அறிந்திருப்பீர்கள். இந்தியாவிலும் சிட்டுக்குருவிகள் அழிந்து வருகின்றன என்று

பெண் குருவி

ஒரு தரப்பும், 'இல்லையில்லை, சிட்டுக்குருவிகள் எண்ணிக்கை குறிப்பிட்ட இடங்களில் குறைந்து வருகிறது' என்று உயிரியல் விஞ்ஞானிகள் தரப்பும் மோதிக் கொண்டிருக்கின்றன. சிட்டுக் குருவிகள் அருகி வருவதற்கான அறிவியல் ஆதாரங்கள் திரட்டப் பட்டு வருகின்றன.

பிரிட்டனில் சிட்டுக்குருவிகள் அழிவு பற்றி ஆராய்ச்சி நடத்தப்பட்டு, அதற்கான காரணங்கள் ஓரளவுக்குக் கண்டறியப் பட்டுள்ளன. மனிதர்களின் நாகரிக வளர்ச்சி, நவீன அறிவியல் தொழில்நுட்பம்தான் சிட்டுக்குருவிகளின் அழிவுக்குக் காரணம் என்று அந்த ஆராய்ச்சிகள் சொல்கின்றன. குருவிகளின் அழிவுக்கு அவை குறிப்பிடும் ஒரு காரணம் செல்போன் டவரிலிருந்து வெளியாகும் கதிர்வீச்சு. ஆனால் அதைவிட முக்கியமாகப் பசுமைப் பரப்பு குறைந்தது, குஞ்சுகள் வளரும் பருவத்தில் புழு உணவை இழந்தது, பூனைகள் போன்ற வளர்ப்புப் பிராணிகள் அடித்துச் சாப்பிடுவது போன்றவையே நகர்ப்பகுதிகளில் சிட்டுக்குருவிகள் அழிவதற்கு முக்கிய காரணம். செல்போன் கதிர் வீச்சு சிட்டுக்குருவிகள் அழிவுக்கு ஒரு காரணமாக இருக்கலாம் என ஐரோப்பாவில் நடத்தப்பட்ட ஒரு ஆய்வு சுட்டிக் காட்டுகிறது. அந்தக் காரணம் சுவாரசியமாக இருப்பதால் ஊடகங்கள் ஊதிப் பெரிதாக்குகின்றன.

ஆனால் இந்தியாவில் சிட்டுக்குருவிகளின் அழிவு பற்றி அப்படிப்பட்ட விரிவான ஆராய்ச்சி எதுவும் இன்னமும் நடத்தப் படவில்லை. மத்திய சுற்றுச்சூழல் வனத்துறை அமைச்சகமும், பம்பாய் இயற்கை வரலாற்றுக் கழகமும் சில அமைப்புகளுடன் இணைந்து 'சிட்டிசன் ஸ்பாரோ' (www.citizensparrow.in) என்ற இணையதள கணக்கெடுப்பு முயற்சியை 2012—ம் ஆண்டில் முன்னெடுத்தன. இதுதவிர ஆராய்ச்சியாளர் கோபிசுந்தர், சுமித் சென் உள்ளிட்டோர் இந்த சர்ச்சை பற்றி சில கட்டுரைகளை எழுதியுள்ளனர்.

நம் நாட்டில் யானை, புலி போன்ற பேருயிர்களின் அழிவு மிகப்பெரிய சர்ச்சைகளை ஏற்படுத்தாவிட்டாலும்கூட, சிறிய அதிர்வுகளையாவது ஏற்படுத்தி இருக்கிறது. ஆனால் சிட்டுக் குருவிகள் போன்ற நமது நகர்ப்புற, கிராமப்புற சுற்றுச்சூழலின் நலனைச் சுட்டிக்காட்டுகிற சிறு பறவைகளின் அழிவு, நமது சமூகத்தில் பெரிய அதிர்வுகளை ஏற்படுத்தவில்லை. நம்முடன் ஒன்றறக் கலந்து வாழ்ந்துவந்த சிட்டுக்குருவிகளின் அழிவு, உண்மையிலேயே பயங்கரமான நிலைக்குப் போய்விட்டது என்று சொல்ல முடியாவிட்டாலும், குறிப்பிடத்தக்க அளவுக்கு ஏற்பட்டிருக்கும் அழிவும்கூட சுற்றுச்சூழல் சீரழிவையே சுட்டிக்காட்டுகிறது.

இப்படிப்பட்ட எச்சரிக்கை சமிக்ஞைகளைப் புறக்கணிப்பது நமது சூழலியல் மேலும் சீரழியவும், மனிதர்களின் ஆரோக்கியம் இன்னும் மோசமாக பாதிக்கப்படவுமே வழிவகுக்கும். சரி, இந்த உலகில் சிட்டுக்குருவிகள் இல்லாமல் போவதால் நமக்கு ஏற்படப் போகும் இழப்பு என்ன? கொஞ்ச நஞ்சமல்ல. ஒரே ஒரு சின்ன உதாரணம் போதும். இந்த உலகில் உள்ள மொத்த எறும்புகளின் எடையையும், பாலூட்டிகளின் மொத்த எடையையும் ஒப்பிட்டால், எறும்புகளின் எடையே மிக அதிகமாக இருக்கும் என்கிறது அஜய் நரேந்திராவும் சுனில் குமாரும் எழுதிய 'On a Trail with Ants' என்ற புத்தகம். எறும்புகள் அளவில் சிறியதாக இருந்தாலும், எண்ணிக்கையில் பெருகியிருப்பதால், இது சாத்தியமாகிறது.

பூமியில் மிக அதிக எண்ணிக்கை, எடையில் இருப்பவை எறும்புகளைப் போன்ற இந்த சிறுசிறு பூச்சிகள்தான். இந்த பூமியில் பறவைகள் இல்லை என்றால், ஒரே நாளில் பூமி அழிந்துவிடும். ஏனென்றால், பெரும்பாலான பறவைகள் புழு, பூச்சிகளை உணவாகக் கொள்கின்றன. இதை மனதில் கொண்டே பறவையியல் பேரறிஞர் சாலிம் அலி, "இந்த உலகில் மனிதர்கள் இன்றி பறவைகள் வாழ முடியும். ஆனால் பறவைகள் இன்றி மனிதர்களால் வாழ முடியாது" என்று கூறினார். மற்ற பறவைகளைப் போலவே சிட்டுக்குருவிகளின் உணவிலும் புழு, பூச்சிகளுக்கு முக்கிய இடம் இருக்கிறது. அதனால், சிட்டுக்குருவிகள் ஏன் நம்மிடையே வாழ வேண்டும் என்ற கேள்விக்கு, இந்த ஒரு காரணமே போதும்.

சிட்டுக்களின் வாழ்க்கைமுறை

மனிதனின் உதவியுடன் உலகம் முழுக்கப் பரவிய பறவை ஒன்று உண்டென்றால், அது சிட்டுக்குருவிதான். இது இப்படி வெற்றி கரமாகப் பரவியதற்குக் காரணம், மனிதரை அண்டி வாழும் அதன் பண்புதான். இந்திய மொழிகளில் ஏதாவது ஒரு பறவையை எடுத்துக்காட்டுக்குச் சுட்டுவதென்றால், முதலில் குருவியையே எல்லோரும் சொல்வார்கள். தமிழில்கூட பல பறவைகளுக்கு பின்னொட்டாக, குருவி என்ற சொல் சேர்த்துச் சொல்லப்படுவதைப் பார்க்கலாம்.

சிட்டுக்குருவிக்கு தமிழில் ஊர்க்குருவி, வீட்டுக்குருவி, அடைக் கலங்குருவி என்பது போன்ற வேறு பெயர்கள் உண்டு. House Sparrow என்று ஆங்கிலத்திலும், Passer domesticus என்ற அறிவியல் பெயராலும் இது அழைக்கப்படுகிறது. இந்தப் பெயர்களில் இருந்தே இவை ஊர்களை அண்டி வாழப் பழகிக்கொண்டவை என்பதை உணரலாம். மனிதர்களிடம் அடைக்கலம் தேடிவந்ததால், சிட்டுக் குருவிகளுக்குத் தென்மாவட்டங்களில் அடைக்கலங்குருவி என்ற பெயர் வழங்கப்படுகிறது. சிட்டுக்குருவிகள் Passeridae வரிசையைச்

ஆதி வள்ளியப்பன்

சேர்ந்தவை. இதில் இரண்டு முக்கிய உட்பிரிவுகள் உள்ளன. ஒன்று: *Passer domesticus domesticus* - இந்தச் சிட்டுக்குருவி வகை சைபீரியா, ஐரோப்பா, வடக்கு ஆப்பிரிக்கா, மத்திய கிழக்குப் பகுதிகளில் வாழ்கிறது. மற்றொன்று *Passer domesticus indicus* - இதில் ஆறு உள்ளினங்கள் மத்திய ஆசியாவில் காணப்படுகின்றன. வட அமெரிக்கா, தென்னமெரிக்கா, ஆஸ்திரேலியா—நியூஸிலாந்தில் இவை அயல்பறவையாக அறிமுகப்படுத்தப்பட்டிருக்கின்றன.

வசிக்கும் பகுதிகள்

ஆசியா, ஐரோப்பா, வடஆப்பிரிக்கா ஆகிய கண்டங்கள்தான் சிட்டுக்குருவிகளின் தாயகம். ஆனால் மனித இனம் வாழும் இடமெல்லாம், அதாவது துருவப் பகுதிகளைத் தவிர்த்து அனைத்து நிலப்பகுதிகளிலும் சிட்டுக்குருவிகள் வாழ்கின்றன. இந்தியாவின் தெற்குப் பகுதியில் இருந்து வடக்கே, தார் பாலைவனம்வரை இந்தியத் துணைக் கண்டமெங்கும் அவை பரவியுள்ளன. இமய மலையில்கூட 4,000 மீட்டர் உயரம்வரை சிட்டுக்குருவிகள் இருக்கின்றன. உலகில் எங்காவது ஒரு புதிய நிலப்பரப்பு கண்டுபிடிக்கப்பட்டால், அங்கு ஏற்றமதியாகும் முதல் பறவை சிட்டுக்குருவிதான் என்று சொல்கிறார்கள் பறவையியலாளர்கள்.

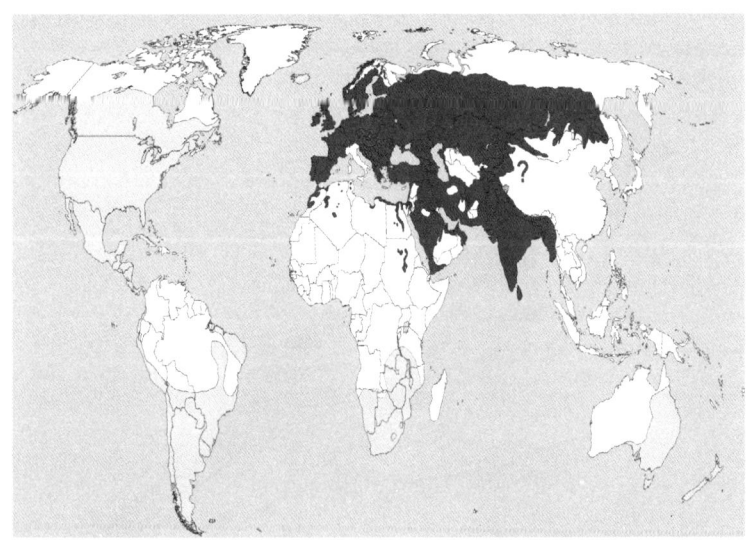

**உலகில் சிட்டுக்குருவிகள்
பரவிக் காணப்படும் பகுதிகள்**

உருவம்

அலகுநுனி முதல் வால்வரை, அரை அடி ஸ்கேல் நீளத்துடன், பழுப்பு நிறத்தில் இருக்கும். ஆண், பெண் நிற வேற்றுமையை நேரில் பார்த்தவுடன் உணரலாம். ஆண் பறவை தொண்டைப் பகுதியில் கறுப்பு நிறத்துடன், அடர் பழுப்பு நிற உடலைக் கொண்டிருக்கும். பெண் பறவைகள் சற்று மங்கிய பழுப்பு நிறத்தில் இருக்கும். சிறிதாக இருந்தாலும்கூட பெரிய இறக்கைகள், சற்றே பெரிய வால் காரணமாக நன்றாகவும் வேக மாகவும் பறக்கக் கூடியவை. இதை உணர்த்தும் வகையிலேயே 'சிட்டாய் பறந்துவிட்டான்' என்ற பழமொழி உருவாகியிருக்க வேண்டும். ட்சி, ட்சி, ட்சி... ச்சீர் ச்சீர் ச்சீர்ன்னு குரல் கொடுக்கும் சிட்டுக்குருவிகள் கூட்டமாகத் திரியும் பண்பு கொண்டவை.

உணவு

தானியங்கள், புழு பூச்சிகள், தாவர முளைகள், மலர் அரும்புகள், இளந்தளிர், தேன், வீட்டு புறக்கடை கழிவுகள் உள்ளிட்ட பல்வேறு வகை உணவுகளைச் சாப்பிடும். தோட்டங்கள், குப்பைக்கூளங்கள், திறந்தவெளி உணவகங்கள், தானியக் கடைகள், காய்கறி, பழம், பூ விற்கப்படும் இடங்களில் உணவைத் தேடும். சிட்டுக்குருவிக் குஞ்சுகள் பெரும்பாலும் பூச்சி, புழுக்களையே உண்கின்றன. அசுவினி எனும் ஒட்டுப்பூச்சி (aphids), சிலந்தி (spiders), வண்டுகள் (beetles), மூக்கு வண்டுகள் (weevils), வெட்டுக்கிளிகள் (grasshop-

குஞ்சுகளுக்கு உணவூட்டும் பெண் குருவி

pers), கம்பளிப் புழுக்கள் (caterpillars) போன்றவற்றைப் பெற்றோர் பறவைகள் பிடித்துவந்து குஞ்சுகளுக்கு ஊட்டுகின்றன. வளர்ந்த சிட்டுக் குருவிகள் பெரும்பாலும் தாவர உணவுகள், தானியங்கள், வீட்டு காய்கறிக் கழிவுகள் உள்ளிட்டவற்றைச் சாப்பிடுகின்றன.

இனப்பெருக்கம்

தட்பவெப்பச் சூழல் உகந்ததாக இருக்கும் பகுதிகளில் சிட்டுக் குருவிகள் ஆண்டு முழுதுவம் இனப்பெருக்கம் செய்கின்றன.

மற்ற பறவை இனங்களைப் போலவே பெண் சிட்டுக் குருவியுடன் கலவிகொள்வதற்கு ஆண் சிட்டுக்குருவிகள் இடையே போட்டியும் சண்டையும் இருக்கும். இதில் வெற்றிபெறும் ஆண் குருவியே பெண்ணுடன் இணைசேர முடியும். (இங்கே நாம் கவனிக்க வேண்டிய விஷயம், பெரும்பாலான உயிரினங்களில் பெண்களே சிறந்த ஆணை, அதாவது நல்ல மரபணு கொண்ட

ஆணை தேர்ந்தெடுக்கின்றன. அப்போதுதானே வம்சம் தழைத் தோங்கும். பெண்ணை ஆண் தேர்ந்தெடுக்கும் தந்திரம், அநேகமாக மனித இனத்தில் மட்டுமே இருக்கிறது. இனப் பெருக்க காலத்தில் ஆணின் அலகு, சாம்பல் நிறத்திலிருந்து கறுப்பாக மாறியிருக்கும். சரியான ஜோடியைக் கண்டறிந்த பிறகு இணைசேரும் காலத்தில் ஆணும் பெண்ணும் ஜோடியாகத் திரியும்.

இனப்பெருக்க நடனம்: பல்வேறு பறவைகளைப் போலவே சிட்டுக் குருவிகளிலும் இனப்பெருக்க நடனம் உண்டு. இதில் ஆண் சிட்டுக்குருவி பெருமிதத்துடன் மார்பைத் தூக்கிக் காட்டி, 'ட்சீன் ட்சீன்' என்ற குரலில் பாடும். பிறகு இறக்கைகளை விரித்து, கீழே அடித்து, வாலைத் தூக்கிக்கொண்டு பெண்ணைச் சுற்றி தத்தித் தத்தி ஓடும். சில நேரம் ஒரு பெண் சிட்டுக்கு முன்னால் 3, 4 ஆண் சிட்டுக்குருவிகள் இப்படிச் செய்யலாம். அவற்றில் ஒன்றை பெண் தேர்ந்தெடுக்கும். அந்த இனப்பெருக்கக் காலத்தில் இரண்டும் சேர்ந்திருக்கும். பெண் சிட்டுக்கு ஆண் குருவியின் உதவும் மனப்பான்மை ஆச்சரியப்பட வைக்கும் அளவுக்கு இருக்கும். இது தொடர்பாகப் பறவையியல் அறிஞர் சாலிம் அலி சுவாரசியமான குறிப்பு ஒன்றை எழுதியுள்ளார். அடைகாக்கும் ஒரு பெண் குருவிக்குப் பாதுகாவலாக இருந்த ஒரு ஆண் குருவியை

உணவுத் துணுக்குடன் பெண் குருவி

சிட்டுக்குருவி முட்டைகள்

சாலிம் சுட்டு விட்டார். ஆனால், அடுத்த நாளே மற்றொரு ஆண் சிட்டு அதற்குப் பாதுகாவலாக இருந்ததாம். 'ஜாய் ஆஃப் பேர்ட் வாட்சிங்' என்ற புத்தகத்தில் விஷ்வ மோகன் திவாரியின் குறிப்பு இதைப் பதிவு செய்துள்ளது. (என்.பி.டி. வெளியீடு)

கூடும் குஞ்சுகளும்

சிட்டுக்குருவி, தூக்கணாங்குருவியைப் போன்ற அழகாகக் கூடுகளைக் கட்டும் Ploceidae குடும்பத்தைச் சேர்ந்ததாக இருந்தாலும் கசமுசாவென்ற கூட்டையே கட்டும். கூடுகட்டும் காலங்களில் கூச்சல் போட்டுக்கொண்டே இருக்கும்.

இளவேனில் காலத்தில் சிட்டுக்குருவிகள் கூடு கட்டத் தொடங்கும். பொந்து, வீட்டு முகடுகளின் சந்து, வீட்டுக் கூரை, கிணற்று இடுக்குகள், மழைநீர் வழியும் குழாய்கள் என வாய்ப்புக் கிடைக்கும் இடங்களில் புல், வைக்கோல், கந்தைப் பஞ்சு, மென்மயிர், இறகு என்று எளிதில் கிடைக்கும் பொருட் களால் உட்புறம் குழிவாக இருக்கும் ஒரு கூட்டை குருவிகள் அமைக்கும். நகர்ப்பகுதிகளில் பழைய கட்டடங்கள், ஓடுள்ள, தகரம் பதிக்கப்பட்ட கட்டடங்கள், கூரை வீடுகள் போன்ற இடங்களில்தான் அதிகமாகக் கூடுவைக்கும். கூட்டில் பெண் குருவிகள் சாதாரணமாக 3 முதல் 6 முட்டைகள்வரை இட்டு 14

நாள்களுக்கு அடைகாக்கும். இந்த முட்டைகள் பசும்வெண்மை, பழுப்பு நிறம், புள்ளிகளுடன் இருக்கும். சாதாரணமாக 15 நாள்களில் முட்டை பொரிந்துவிடும். அம்மா, அப்பா குருவிகள் இரண்டும் சேர்ந்து குஞ்சுகளை வளர்க்கும், உணவு தேடிக் கொண்டுவரும். சிட்டுக்குருவிக் குஞ்சுகளுக்குப் பிறந்து ஒன்று அல்லது இரண்டு வாரங்களுக்குப் பிறகே கண் திறக்கும். கீழே விழுந்த குஞ்சுப் பறவைகளை எந்த தாய்ப் பறவையும் வேண்டுமென்றே கைவிடுவதில்லை. அவற்றால் குஞ்சுகளை மீண்டும் கூட்டுக்கு எடுத்துச்செல்ல முடியாததுதான் இதில் முக்கியப் பிரச்சினை. எடுத்துச்செல்ல முடிந்துவிட்டால், கட்டாயம் அவற்றை வழக்கம்போல வளர்க்கும்.

சிட்டுக்குருவி வருடம் முழுவதும் இணை சேரும். இணை சேர்வதற்குக் குறிப்பிட்ட கால இடைவெளிகள் கிடையாது. ஆனால், இப்படி கணக்குவழக்கில்லாமல் இணைசேர்வதுதான் சிட்டுக் குருவி பற்றிய மூடநம்பிக்கைக்கு முக்கியமான காரணமாகி விட்டது. சிட்டுக்குருவியைச் சுட்டுச் சாப்பிட்டால் ஆண்மை பெருகும் என்று ஒரு மூடநம்பிக்கை பரவலாக இருக்கிறது.

சிட்டுக்குருவி பற்றிப் பெரிதாகத் தெரிந்துகொள்ளாதவர்கள்கூட, 'சிட்டுக்குருவி லேகியம்' பற்றிக் கேள்விப்பட்டிருப்பார்கள். மூலிகை மருந்தான 'சிட்டுக்குருவி லேகிய'த்தில் சிட்டுக்குருவி இறைச்சி சேர்க்கப்பட்டிருப்பதாகத் தவறான நம்பிக்கை இருக்கிறது. சிட்டுக்குருவி லேகியத்தில் சிட்டுக்குருவிப் பறவையைச் சேர்த்து விற்பது முட்டாள்தனம். சிட்டுக்குருவி இனம் அழிய இது முக்கியக்

குருவிக் குஞ்சு பிறந்தவுடன்

குருவிக் குஞ்சு, இறக்கை முளைத்தவுடன்

காரணம். இது மட்டுமில்லாமல், சிட்டுக்குருவியை வேட்டையாடும் பழக்கம் நரிக்குறவர்களிடமும், கவன் வில் வைத்து அடிக்கும் பழக்கம் கிராமத்துச் சிறுவர்களிடமும் இருந்திருக்கிறது. இந்திய வனச் சட்டம் 4—வது அட்டவணையின் கீழ் சிட்டுக்குருவி பாதுகாக்கப்படுகிறது. அதனால், இதை வேட்டையாடுவது குற்றம். இது போன்ற மனித ஆபத்துகளில் இருந்தும், பருந்து, காகம், பூனை போன்ற எதிரி விலங்குகளிடம் இருந்தும் தப்பிக்கும் குருவிகள், சராசரியாக 10 ஆண்டுகள் முதல் 13 ஆண்டுகள்வரை உயிர் வாழும்.

ஆதி வள்ளியப்பன்

சில சுவாரசியங்கள்

- சிட்டுக்குருவிகளின் இதயம் சாதாரண நேரத்திலும்கூட ஆயிரம் முறை துடிக்குமாம்!
- சிட்டுக்குருவி நீர்ப்பறவை இல்லை என்ற போதும், ஆபத்து நேரத்தில் தப்பித்துப் போவதற்குத் தண்ணீருக்கு அடியில் நீந்தும் திறன் கொண்டது. இந்தப் பண்பு வெளிநாடுகளில் பதிவு செய்யப்பட்டதாக இருக்கலாம்.
- சிட்டுக்களின் அலகு ரொம்ப ரொம்ப உறுதியானது. தானியங்களின் உறையான உமியை எடுத்து, தானியத்தை மட்டும் உண்ணும் அளவுக்கு இதன் கூம்பு வடிவ அலகுகள் உறுதி மிக்கவை.
- சில நேரம் ஈசல், பூச்சிகளை இறக்கையை அடித்தே சிட்டுக்குருவி பிடிக்குமாம்.
- பெரும்பாலான பறவைகளைப் போலவே சிட்டுக்குருவிகளுக்கும் மண் குளியல் (dust bath) இடும் பழக்கம் உண்டு. பறவைகளின் உடலில் உண்ணி போன்ற ஒட்டுண்ணிப் பூச்சிகள் பிரச்சினையை ஏற்படுத்துவதால், அவற்றை வெளியேற்றுவதற்காக பறவைகள் மண் குளியல் இடுகின்றன. இதனால் உறுத்தப்பட்டு உண்ணிகள் வெளியேற வாய்ப்பு அதிகம்.
- மாலை நேரத்தில் ஓய்வெடுக்கும் இடத்துக்கு அருகில் உட்கார்ந்து சிட்டுக்குருவிகள் சப்தமாகப் பாடுவது உண்டு. இரவு நெருங்கும் நேரத்தில் இலை அடர்ந்த மரங்களில் கூட்டமாகத் தங்கும்.
- கூட்டங்கூட்டமாக இரை தேடும் பழக்கம் கொண்டவை சிட்டுகள். அறுவடைக் களங்கள், நெற்களஞ்சியங்கள், அரிசி ஆலைகளில் சிட்டுக்குருவிக் கூட்டங்களைப் பார்க்க முடியும். அவை தானியக் கதிர்களைத் தின்பதால் விவசாயிகளுக்கு நஷ்டம் ஏற்படுகிறது என்று சொல்லப்பட்டாலும், தானியக் கதிர்களில் இருக்கும் பூச்சிகளையும் சேர்த்துதான் அவை சாப்பிடுகின்றன. இதனால் பூச்சிகளால் ஏற்படும் கூடுதல் அழிவை சிட்டுக்குருவிகள் தடுக்கின்றன.
- சிட்டுக்குருவிக்கு மஞ்சள்தொண்டைச் சிட்டு, தூக்கணாங்குருவி போன்ற தூரத்து உறவினர்கள் உண்டு.

பறவைகளுக்கு கூடுதான் வீடா?

முட்டை வைத்து அடைகாத்து குஞ்சு பொரிக்கும் காலம் தவிர, மற்ற நேரத்தில் எந்தப் பறவையும் கூட்டில் தங்குவது கிடையாது. இணைசேரும் காலத்தில் மட்டும்தான் பறவைகளுக்கு கூடு இருக்கும். இரண்டு நண்பர்களுடன் கூந்தங்குளம் பறவை ஆர்வலர் பால்பாண்டியை பேட்டி காணச் சென்றிருந்தபோது, ''முட்டையிடுவதற்காக பறவைகள் கூடு வைக்கும். குஞ்சுகள் பெரிதானவுடன் கூடுகளில் தங்காது'' என்றார். உடனே, என்னுடன் இருந்த இரண்டு நண்பர்களும், ''அது எப்படிங்க. இரவில் பறவைகள் எங்கே தங்கும்? கூட்டில்தானே தங்க முடியும்?'' என்று கேட்டார்கள். அவர் அப்படிக் கிடையாது என்றார். ஆனால் என் நண்பர்களால் அதை ஏற்றுக்கொள்ள முடியவில்லை. பறவைகளை அறிவியல்பூர்வமாகப் புரிந்துகொள்ளாததற்கு எடுத்துக்காட்டு இது. குஞ்சுகளை வளர்ப்பதற்காக மட்டுமே பறவைகள் கூட்டைக் கட்டுகின்றன. மற்றபடி, குஞ்சுகள் வளர்ந்துவிட்ட பிறகு கூட்டைக் கைவிட்டு விடுகின்றன. அடுத்த இனப்பெருக்க காலத்திலும் அதே கூடு நன்றாக இருக்கும்பட்சத்தில் சில பறவைகள் அவற்றைப் பயன்படுத்தும். மற்றபடி வளர்ந்த பறவைகள் கூட்டில் தங்குவது கிடையாது. வெயிலானாலும் மழையானாலும் மரங்களில், அந்தந்த பறவைகளுக்கு உகந்த இடங்களில் வாழ்கின்றன.

மஞ்சள்தொண்டைச் சிட்டு
(Yellow Throated sparrow - *Petronia xanthocollis*)

இந்தச் சிட்டினுடைய உடம்பின் தோற்றம் பெருமளவு சிட்டுக் குருவியை ஒத்ததாக இருந்தாலும்கூட, தொண்டை கறுப்பு நிறத்துக்கு பதிலாக வெளிர் மஞ்சளாக இருக்கும். அதுவே இப்பறவைக்கு மஞ்சள் தொண்டைச் சிட்டு என்று பெயர் வரக் காரணம். பெண் பறவையின் தொண்டையில் இருக்கும் மஞ்சள் நிறம், ஆணுடையதைவிட சற்று மங்கி இருக்கும். தமிழ்நாட்டில் சமவெளிப் பகுதிகளில் ஆங்காங்கேயும், நீலகிரி மலைப் பகுதியில் 1,200 மீட்டர் உயரம்வரையும் இது காணப்படுகிறது. இதன் பழக்கவழக்கங்கள் பெருமளவு சிட்டுக்குருவியை ஒத்திருக்கும்.

மனிதர்களும் சிட்டுக்குருவிகளும்

மேதைகளின் வாழ்க்கையில் சிட்டுக்குருவி

'குருவிக் கூட்டைக் கலைப்பது பாவம்' என்று கருதி, வீட்டுக்குக் கூடுகட்ட வரும் சிட்டுக்குருவிகளையோ அவற்றின் குஞ்சுகளையோ தொந்தரவு செய்யாமல் இருக்கும் பண்பு நம் சமூகத்தில் நீண்ட காலமாக இருந்துவந்தது. ஒரு காலத்தில் சிட்டுக்குருவியைப் பிடிக்கும் பழக்கம் சிறுவர்களிடம் இருந்தாலும்கூட, மற்றொருபுறம் 'குருவிக் கூட்டைக் கலைப்பது பாவம்', 'குருவி கூடுகட்டினால் வீடுதழைக்கும்' என்றெல்லாம் நம்பியிருக்கிறார்கள். சிட்டுக் குருவிகளையோ, அவை கூடுகட்டுவதையோ மக்கள் தொந்தரவாக நினைத்ததே இல்லை. அவர்களது வாழ்க்கை நடைமுறைகளும் சிட்டுக்குருவிகளுக்கு உதவும் வகையிலேயே இருந்தன. மனிதர்களைப் பற்றிக் கவலைப்படாமல் சிட்டுக்குருவிகள் செழித்து வாழ்ந்ததற்கு இதுவே முக்கியக் காரணம். ஆனால், ஓரிடத்தில் மனிதர்கள் தனக்குத் தொந்தரவு ஏற்படுத்துவார்கள் என்பதற்கான சிறு அறிகுறி தெரிந்துவிட்டாலும், உடனடியாக அந்த இடத்தைச் சிட்டுக்குருவிகள் காலிசெய்துவிடும் என்கிறார் பறவையியலாளர் ரஞ்சித் லால்.

‘சிட்டுக்குருவிகளுக்குப் பேசத் தெரியும். பொய் சொல்லத் தெரியாது‘ என்று பாரதியார் கூறியிருக்கிறார். சிட்டுக் குருவி களுக்கும் பாரதியாருக்கும் உள்ள நெருக்கம் நம் எல்லோருக்கும் தெரிந்ததுதான். வீட்டில் உலை வைக்க இருந்த கொஞ்சம் அரிசியையும் முற்றத்தில் இருந்த சிட்டுக்குருவிகளுக்கு எடுத்துப் போட்டதற்காக, தனது துணைவி செல்லம்மாவிடம் பாரதியார் திட்டு வாங்கியிருக்கிறார்.சிட்டுக்குருவிகள் பற்றிப் பலமுறை பாரதியார் பாடி இருக்கிறார். அவருக்கு உத்வேகம் தந்த உயிரினங் களில் சிட்டுக்குருவி முக்கிய இடம்பிடித்திருக்கிறது. ஞானப் பாடல்களின் கீழ் ‘ஜெயபேரிகை’ என்ற தலைப்பில்

“காக்கைக் குருவி எங்கள் ஜாதி,

நீள் கடலும் மலையும் எங்கள் கூட்டம்,

நோக்கும் திசையெல்லாம் நாமன்றி வேறில்லை,

நோக்க நோக்கக் களியாட்டம்”

என்று எழுதியுள்ளார். உலகெங்கும் உள்ள உயிர்களைத் தன் இனமாகப் பாவித்து அவர் இதை எழுதியுள்ளார். இதே ஞானப் பாடல்களின் மற்றொரு பாடலில், “விடுதலை — சிட்டுக்குருவி” என்ற தலைப்பில் “விட்டு விடுதலையாகி நிற்பாய் இந்தச் சிட்டுக்குருவியைப் போலே” என்றும் எழுதியிருக்கிறார்.

பாரதியார் மட்டுமில்லை, மற்றொரு மேதையின் வாழ்க்கை யிலும் சிட்டுக்குருவி மிகப் பெரிய பங்காற்றி இருக்கிறது. என்ன ஒரு வித்தியாசம் என்றால், அது நாம் சாதாரணமாகப் பார்க்கும் சிட்டுக்குருவி இல்லை, அதன் உறவினரான மஞ்சள் தொண்டைச் சிட்டு (பார்க்க: 38—ம் பக்கப் பெட்டிச் செய்தி).

பறவையியலாளர் சாலிம் அலி சிறுவனாக இருந்தபோது, தன்னிடம் இருந்த விளையாட்டுத் துப்பாக்கியால் ஒரு மஞ் சள் தொண்டைச் சிட்டுக்குருவியைச் சுட்டுவிட்டார். ஆனால் அந்தக் குருவியின் தொண்டைப் பகுதியில் இருந்த மஞ்சள் நிறம் அவருடைய மனதில் கேள்வியை எழுப்பியிருக்கிறது. அந்தக் குருவி நாம் சாதாரணமாகப் பார்க்கும் சிட்டுக்குருவிகளில் இருந்து வேறுபட்டு இருந்தது, அவருக்கு யோசனையாக இருந்தது. தனது மாமா அமீருதின் தாயாப்ஜியின் உதவியுடன் பாம்பே நேச்சுரல் ஹிஸ்ட்ரி சொசைட்டி எனப்படும் பம்பாய் இயற்கை வரலாற்றுக் கழகத்துக்குப் போனார். அந்தக் கழகத்தின் அப்போதைய செயலாளர் டபிள்யு.எஸ். மில்லார்டு, அது மஞ்சள்தொண்டைச் சிட்டுக்குருவி என்று சாலிம் அலியிடம் கூறினார். பறவைகளைப் பற்றிய சில புத்தகங்களையும் மில்லார்டு அவருக்குக் கொடுத்தார். அந்த நிறுவனத்தில் பாடம் செய்து வைக்கப்பட்டிருந்த பல்வேறு பறவைகளைப் பார்த்ததும் சாலிமுக்கு ரொம்பப் பிடித்துப்

போய்விட்டது. பறவையியல் மீது அவருக்கு ஆர்வம் வந்ததற்கு அந்தச் சம்பவம்தான் முக்கியக் காரணம். பிற்காலத்தில் அதே பம்பாய் இயற்கை வரலாற்றுக் கழகத்தில் சேர்ந்து, இந்தியப் பறவைகள் தொடர்பாக விரிவாக ஆராய்ச்சி செய்து உலகப் புகழ்பெற்ற பறவையியலாளராக மாறினார் சாலிம் அலி. அந்த நிறுவனத்தின் இயக்குநராகவும் பதவி வகித்தார். அந்தக் கழகத்தை தீவிர அறிவியல் — சுற்றுச்சூழல் ஆராய்ச்சியில் ஈடுபட வைத்ததற்கு சாலிம் அலியே முக்கியக் காரணம். பம்பாய் இயற்கை வரலாற்றுக் கழகம் இன்றைக்கு உலகப் புகழ்பெற்ற ஆராய்ச்சி அமைப்பாக வளர்ந்திருக்கிறது.

பறவையியலாளர் சாலிம் அலி

தன்னுடைய சுயசரிதைக்கு 'ஒரு சிட்டுக் குருவியின் வீழ்ச்சி' என்று பெயர் வைத்து, தான் சுட்ட சிட்டுக்குருவிக்குக் கௌரவம் சேர்த்தார் சாலிம் அலி. இப்படி மேதைகளின் வாழ்க்கையிலும் சிட்டுக்குருவிகள் முக்கியப் பங்காற்றியுள்ளன.

பண்பாட்டில்.....

புன்னை மரத்தின் பூ, சிட்டுக்குருவியின் முட்டைபோல இருக்கிறது என்று சங்க இலக்கியத்தில் குறிப்பிடப்பட்டிருப்பதாக அறிஞர் பி.எல். சாமி எழுதியிருக்கிறார். சங்க இலக்கியங்களில் குருவி அல்லது குரீஇ என்று சிட்டுக்குருவி குறிப்பிடப்படுகிறது. குறுந்தொகை 46—வது செய்யுளில் 'மனையுறை குரீஇ' என்றும், குறுந் தொகை 85—வது செய்யுளில் 'உள்ளூர்க் குரீஇ' என்றும் அது சுட்டப்பட்டுள்ளது. எனவே, சங்க காலத்தில் இருந்தே, தமிழகத்தில் சிட்டுக்குருவிகள் மனிதர்களை அண்டியே வாழ்ந்துள்ளன என்பதைப் புரிந்துகொள்ளலாம். 'குரீஇ' என்ற சொல் பொதுவாக பறவைகளைக் குறிப்பதற்காகவும் ஐங்குறுநூறின் 295—வது செய்யுளில் பயன்படுத்தப்பட்டுள்ளது. இச்செய்யுளை இயற்றியவர் கபிலர். அகநானூறு (ஔவையார்), நற்றிணையிலும் சிட்டுக்குருவி குறிப்பிடப்படுகிறது. ஐந்து திணைகளிலும் சிட்டுக்குருவி இருந்திருக்கிறது. சங்க இலக்கியத்தின் 5 திணை வகைகளைச் சேர்ந்த செய்யுள்களிலும் சிட்டுக்குருவி குறிப்பிடப்பட்டிருப்பதிலிருந்து இதை அறியலாம்.

தமிழ் சினிமாப் பாடல்களில், "சிட்டுக்குருவி சிட்டுக்குருவி சேதி தெரியுமா", "சிட்டுக்குருவி முத்தம் கொடுத்து சேர்ந்திடக்

கண்டேனே", "சிட்டுக்குருவிக்கென்ன கட்டுப்பாடு" "சிட்டுக்கு செல்லச் சிட்டுக்கு ஒரு சிறகு முளைத்தது", "ஏ குருவி, சிட்டுக்குருவி" என நிறைய பிரபல பாடல்கள் உண்டு. சிட்டுக்குருவிகள் பற்றி நிறைய குழந்தைப் பாடல்களும் இருக்கின்றன. சிட்டுக் குருவியைப் பற்றி எளிய மக்களிடையே நிறைய பழமொழிகளும் உலவுகின்றன: சிட்டாய் பறந்துவிட்டான், குருவி தலையில் பனங்காயை வைத்தது போல.

இப்படி மேதைகளின் வாழ்க்கை முதல் சினிமாப் பாடல்கள், பழமொழிகள்வரை நிறைந்திருக்கும் சிட்டுக்குருவிகள் பற்றி இன்றைய தலைமுறைக்கு எவ்வளவு தூரம் தெரிந்திருக்கிறது என்பது ரொம்ப முக்கியமான கேள்வி. ஏனென்றால், முந்தைய தலைமுறையைப் போல சிட்டுக்குருவியை இந்தத் தலைமுறையினர் நெருக்கமாகப் பார்க்க வாய்ப்புக் கிடைக்கவில்லை. அப்படி ஒரு உயிரினம் தங்களிடையே வாழ்ந்தது பற்றிக்கூட அவர்களில் பெரும்பாலோருக்குத் தெரியவில்லை. குழந்தைகளுக்கு இயல்பாகவே புதிய விஷயங்களை, உயிரினங்களை, அவற்றின் பழக்க வழக்கங்களை அறிந்துகொள்ள ஆர்வம் இருக்கத்தான் செய்கிறது. அவர்கள் சின்னக் குழந்தையாக இருக்கும் காலத்தில் பறவைகள், விலங்குகளின் குரலை திரும்பச் சொல்வது அதற்கு ஒரு உதாரணம். உயிரினங்கள் மீது அவர்கள் வெளிப்படுத்தும் இந்த ஆர்வத்தை பெற்றோர்கள், ஆசிரியர்கள்தான் வளர்த்தெடுக்க வேண்டும்.

காட்சிப் பதிவுகள்

சமீபகாலமாக சிட்டுக்குருவிகள் சார்ந்த கவனம் பரவலாகியுள்ளது. சிட்டுக்குருவிகள் பற்றி மேலும் அறிந்துகொள்ள விரும்பினால், கீழ்க்கண்டவற்றைப் பாருங்கள்.

ஆவணப் படம்

தமிழகத்தில் சிட்டுக்குருவிகள் பற்றி காட்டுயிர் ஆவணப் பட இயக்குநர் கோவை சதாசிவம் அருமையானதொரு ஆவணப் படத்தை 'சிட்டு' என்ற பெயரில் உருவாக்கி இருக்கிறார். காட்டுயிர் சார்ந்த ஆவணப் படங்கள் அதிகமில்லாத நிலையில், இந்த ஆவணப் படம் பண்பாடு சார்ந்து காட்சிரீதியான அனுபவத்தைத் தருவதுடன், சிட்டுக்குருவிகள் அழிந்து போனதற்கான காரணங்களையும் கவனப்படுத்துகிறது.

ஒளிப்படப் பதிவு

யாஹூ.காமில் 'Where have all the sparrows gone?' என்ற தலைப்பில் பெங்களூருவில் சிட்டுக்குருவிகளின் வாழ்க்கையை ஒளிப்படக் கட்டுரையாகப் பதிவு செய்திருக்கிறார் பி.தரங்கினி. பரபரப்பான பெங்களூர் நகரத்தில் தப்பிப் பிழைத்திருக்கும் சிட்டுக்குருவிகளைப் பற்றிய அந்த ஒளிப்படக் கட்டுரை, காட்சி சார்ந்த புரிதலைத் தரும். வெப் டிசைனரான தரங்கினிக்கு படம் எடுப்பதிலும், இயற்கை மீதும் காதல் அதிகமாம். கூடுதல் தகவல்களுக்கு...

http://in.lifestyle.yahoo.com/photos/where-have-all-the-sparrows-gone--1332126653-slideshow/world-sparrow-day-photo-1332129957.html

சிட்டுக்குருவிகளின் அழிவு

சிட்டுக்குருவிகள் அழிவுக்குக் காரணங்களாகக் கூறப்படுபவை:

- பூச்சிக்கொல்லிகள், அயல்தாவரங்கள் பெருகிவிட்டதன் காரணமாக குருவிக் குஞ்சுகளுக்கு முக்கிய உணவான புழு, பூச்சிகள் கிடைப்பதில்லை.
- நவீன கட்டடங்களில் குருவிகள் கூடு அமைக்க வசதியில்லை.
- வேலித் தாவரங்களுக்குப் பதிலாக இரும்பு வேலிகள் போடப்படுகின்றன.
- உணவுக்கும் இருப்பிடத்துக்கும் சிட்டுக்குருவிகளுடன் புறாக்கள், மைனாக்கள் போட்டியிடுகின்றன.
- ஓய்வெடுப்பதற்குப் புதர்செடிகள் இல்லை.
- செல்போன் கோபுரங்களில் இருந்து வரும் மின்காந்த அலைகள்.

சிட்டுக்குருவிகளின் அழிவைப் பற்றி 1990—களில் பிரிட்டிஷ் அறிவியலாளர்கள் ஆய்வுகளை வெளியிட ஆரம்பித்தார்கள். மனிதப் பழக்கவழக்கங்களில் ஏற்பட்டுள்ள மிகப்பெரிய மாறுதல்கள், தகவல் தொழில்நுட்பப் புரட்சி, இயற்கையைச் சீரழிக்கும் நடவடிக்கைகள்தான் சிட்டுக்குருவிகள் அழிவுப் பாதைக்குத் தள்ளப்பட்டுள்ளதற்குக் காரணம் என்று அவர்கள் சுட்டிக் காட்டினார்கள்.

இந்த ஆராய்ச்சி பிரிட்டனில் மேற்கொள்ளப்பட்டது. உலகம் முழு வதற்கும் இது பொருந்துமா என்பதை உரிய ஆதாரங்கள் கிடைத்த பிறகே முடிவு செய்ய முடியும். ஆனால், பிரிட்டனுக்கு மாறாக சிட்டுக்குருவிகள் பற்றிய அறிவியல் தகவல்கள் இந்தியாவில் மிகவும் குறைவு. காரணம் அரசும் ஆராய்ச்சி அமைப்புகளும் காட்டுயிர்கள் பற்றிய ஆராய்ச்சிகளுக்குப் போதுமான அளவு நிதி ஒதுக்குவதில்லை. அப்படியே ஒதுக்கினாலும் அது மிகவும் குறைவாகவே இருக்கிறது.

தவிர, உயிரினங்களைக் காப்பாற்றுவதால் என்ன லாபம், மனிதர்களே வாழ வழியில்லாதபோது உயிரினங்களைப் பற்றி கவலை தேவையா, உயிரினங்களைப் பாதுகாப்பதால் என்ன பெரிதாக மாறிவிடப் போகிறது என்பது போன்ற அக்கறை யின்மையும், அலட்சியக் கேள்விகளுமே எழுகின்றன.

இந்தப் பின்னணியில் சிட்டுக்குருவிகளின் அழிவுக்கான முக்கிய காரணமாக செல்போன் கதிர்வீச்சு இருப்பதாகச் சொல்லப்படும் கூற்றைப் பரிசீலிப்போம். தேனீக்கள்கூட செல்போன் கதிர்வீச்சால் பாதிக்கப்படுவதாகக் கூறுகிறார்கள். ஆனால், இந்தியாவில் இதே காரணத்தை நிரூபிப்பதற்கான அறிவியல் ஆதாரம், விரிவான ஆய்வு இல்லை. இந்தச் சூழ்நிலையில் பிரிட்டன் ஆய்வு முடிவு அப்படியே இங்கேயும் பொருந்தும் என்று சொல்லமுடியாது.

அரிசி உண்ணும் சிட்டுக்குருவி ஜோடி

ஆனால், குருவிகளின் அழிவுக்குக் கூறப்படும் மற்ற காரணங்களை நாம் கவனத்தில் எடுத்துக்கொள்ள வேண்டும். சிட்டுக்குருவிக்கு உணவு எப்படி கிடைக்கிறது என்பதைத் தெரிந்துகொண்டால், அது எப்படி பாதிக்கப்படுகிறது என்பதைப் புரிந்துகொள்ள முடியும். வளர்ந்த சிட்டுக்குருவிகளுக்குத்தான் தானியங்கள் முக்கியமான உணவு. குருவிக்குஞ்சுகளுக்கு அது உணவல்ல. அவரை, புடலை, பாகல், பீர்க்கம் போன்ற கொடித் தாவரங்களில் இருக்கும் சின்னச்சின்னப் புழுக்களே குஞ்சுகளின் உணவு. அந்தப் புழுக்களில் புரதச் சத்தும், நீர்ச்சத்தும் அதிகம். வீட்டைச் சுற்றி இருக்கும் தாவரங்கள், தோட்டங்களில்தான் தாய்ப்பறவை இந்தப் புழுக்களைத் தேடும். இன்றைக்கு அப்படிப்பட்ட தோட்டங்கள் நகரங்களில் இல்லை.

அது மட்டுமில்லாமல் முன்பெல்லாம் வீட்டில் தானியங்களை இடித்துப் புடைக்கும் பழக்கம் இருந்தது. அதிலிருந்து சிதறும் தானியங்கள், பொக்குகள் குருவிகளுக்கு உணவாகும். மேலும் நமது உணவு முறையிலிருந்து கேழ்வரகு, கம்பு, சாமை, தினை, சோளம் போன்ற தானியங்கள் மறைந்துவிட்ட நிலையில் குருவிகளுக்கு மட்டும் எப்படி இந்த தானியங்கள் கிடைக்கப்போகின்றன? அதேபோல புழக்கடையில் பாத்திரம் தேய்த்த காலம் போய், இப்போது பாத்திரங்கள் வீட்டுக்குள் கழுவப்படுகின்றன. சிட்டுக் குருவிகளுக்கு உணவாகும் எஞ்சிய சோற்றுப் பருக்கைகள் இன்றைக்குப் பாதாளச் சாக்கடையில் கழிவாகச் சேர்கின்றன.

வாயில் புழுவுடன் கூட்டை எட்டிப் பார்க்கும் பெண் குருவி

முன்னைப் போல ஓட்டு வீடுகளோ, சுவரில் பொந்து, இடைவெளி வைத்தோ வீடுகள் இப்போது கட்டப்படுவதில்லை. ஏ.சி. வைப்பதற்காக ஜன்னல்கூட வைக்காமல் கண்ணாடி, அலுமினியம் பதித்து முழுதாக மூடி விடுகிறார்கள். வெளிக்காற்று உள்ளே வர முடியாதபடி அடைத்து, தீப்பெட்டிகளை அடுக்கி வைத்தது மாதிரிக் கட்டப்படும் இந்த வீடுகளில், குருவிகள் கூடு கட்ட எங்கே இடம் இருக்கப்போகிறது? இதுவே சிட்டுக்குருவிகள் அழிவுக்கு முக்கியக் காரணம் என்று டெரி நிறுவனத்தின் ஆராய்ச்சி மாணவர் கார்த்திக் நடத்திய ஆய்வில் தெரியவந்திருக்கிறது (கூடுதல் தகவல்களுக்கு: சிட்டுக்குருவி கணக்கெடுப்பு — 'தமிழக நிலைமை என்ன?' என்ற அத்தியாயத்தைப் பார்க்கவும்). குளிர் மிகுந்த வெளிநாடுகளைப் பார்த்துத்தான், இது மாதிரியான கட்டடங்கள் நம்நாட்டில் இப்போது கட்டப்படுகின்றன. ஆனால் வெளிநாடுகளில் இப்போது பறவைகள் கூடு கட்ட வசதியாக கட்டடங்களில் சிறிய மாற்றங்கள் செய்யப்படுவது இங்கே கவனத்தில் கொள்ளப்படவில்லை.

மேலும் வீட்டுத் தோட்டங்கள், வயல்களில் செடிகள், பயிர்களின் மீது பூச்சிக்கொல்லி தெளிப்பதால் பூச்சிகள், சிறு புழுக்கள் இறந்துவிடுகின்றன. முதல் 15 நாளைக்கு குஞ்சுகளின் முக்கிய உணவு இந்த சிறு புழுக்கள்தான். அவை இல்லாவிட்டால், குஞ்சுகள் வளர்வது தடைபடும். அதுமட்டுமில்லாமல் பயிர்களின் மீது பூச்சிக்கொல்லி தெளிப்பதால் தானியங்கள் நஞ்சாகிவிடுகின்றன. பெட்ரோல், டீசல் வாகனங்களில் இருந்து வெளியாகும் புகையில் உள்ள மீத்தைல் நைட்ரேட் என்ற நச்சுப்புகை சிட்டுக்குருவிகளின் உணவான பூச்சிகளை கொல்கிறது என்று ஒரு ஆய்வு சொல்கிறது. இதனால் 'உயிரின உணவுச் சங்கிலி' தகர்ந்து போகிறது. புழுக்களின் அழிவால் சிட்டுக்குருவிகளும், சிட்டுக்குருவிகளை உண்டு வாழும் மற்ற உயிரினங்களும்கூட பாதிக்கப்படுகின்றன.

முன்னைப் போல இல்லாமல் தானியங்களும் அரிசியும் சாக்கு மூட்டைகளுக்குப் பதிலாக, பிளாஸ்டிக் பாக்கெட்டுகளில் அடைத்து விற்கப்படுகின்றன. இதனால் தானியங்கள் எங்குமே சிதற வாய்ப்பில்லாமல் போகிறது. முன்பெல்லாம் லாரியில் நெல், தானியங்கள் ஏற்றப்பட்டு அவை செல்லும் வழியெல்லாம் சிறிதளவு தானியம் சிதறிக்கொண்டே போகும். திருச்சி காந்தி மார்கெட் உள்பட தமிழகத்தின் பல்வேறு சந்தைகளில் தானியங்கள் சிதறிக் கிடக்கும் இடங்களில் சிட்டுக்குருவிகள் இருப்பதைப் பார்த்திருக்கிறேன். ஆனால் இன்றைக்கு இந்த நடைமுறைகள் எல்லாமே தலைகீழாக மாறிவிட்டன, அவை சிட்டுக்குருவிகளுக்கு உணவு கிடைப்பதைத் தடைசெய்துவிட்டன. இது போன்று மனிதர்களின் வாழ்க்கைமுறை மாற்றங்களால் நகரங்களில் இவ்வளவு காலம் தாக்குப்பிடித்து வாழ்ந்துவந்த சிட்டுக் குருவிகள், அழிவுக்குத் தள்ளப்பட்டுவிட்டன. இப்படியாக

நவீன அறிவியல் தொழில்நுட்ப வளர்ச்சிகள், சுற்றுச்சூழல் சீர்கேடு போன்றவற்றுக்குச் சிட்டுக்குருவி போன்ற சிறிய உயிரினங்கள் முதல் பலிகடாவாகி வருகின்றன. சிட்டுக்குருவி நமது நகர்ப்புற சுற்றுச் சூழலின் ஆரோக்கியத்தை சுட்டிக்காட்டும் ஓர் உயிரினம். அதன் அழிவு, சுற்றுச்சூழல் மோசமாக பாதிக்கப்பட்டிருக்கிறது என்பதை வெளிச்சம் போட்டுக் காட்டுகிறது. மேற்கண்ட காரணங்களை மாற்றாமல் சிட்டுக்குருவிகளின் அழிவைத் தடுக்க முடியாது. இப்போதைக்கு எஞ்சியுள்ள சிட்டுக்குருவிகள் கிராமங்களுக்கும் காட்டோரங்களுக்கும் நகர்ந்திருக்கின்றன. நகரங்களிலும் சிறு நகரங்களிலும் எங்கெல்லாம் பசுமைப் பரப்பும், கூடு கட்டுவதற்கு வசதியான இடங்களும் இருக்கின்றனவோ, அங்கெல்லாம் சிட்டுக்குருவிகள் பிழைத்திருக்கின்றன.

வெளிநாடுகளில் சிட்டுக்குருவி

சிட்டுக்குருவி வரலாறு பற்றி ஸிம்மர்மேன் என்பவர் கூறியுள்ளதன்படி, "200 ஆண்டுகளுக்கு முன்வரை, அதாவது 1850—களில் சிட்டுக்குருவிகள் வடஅமெரிக்காவில் அறிமுகப் படுத்தப்பட்டன. இந்தப் பறவை அந்நாட்டின் இயல்பறவை அல்ல. ஆனால், இந்த நகர்ப்புறப் பறவைகள் இன்றைக்கு அந்தக் கண்டத்தில் மிக அதிக எண்ணிக்கையில் உள்ளன. அமெரிக்காவில் 48 மாகாணங்களில் 15 கோடி அளவுக்கு இவை இருக்கலாம் என்று கணிக்கப்பட்டுள்ளது. அமெரிக்கா, கனடாவில் பல முறை

லண்டனில் உள்ள ஹைடு பூங்கா அருகே சாலையில் நிறைந்திருந்த சிட்டுக்குருவிகள் (1934).

அறிமுகம் செய்யப்பட்ட இந்தப் பறவை, மிகவும் மூர்க்கமான பறவை என்று அந்நாட்டுக் குறிப்புகள் சொல்கின்றன. இது மிக எளிதாகத் தகவமைத்துக் கொள்ளக்கூடிய பறவை. குறிப்பிட்ட எல்லையைக் கட்டுப்பாட்டில் வைத்துக்கொள்வதுடன், அதை விரிவுபடுத்திக்கொள்ளவும் செய்யும்.

வேகமாகக் கூடுகட்டும் தன்மை கொண்டவை, சில நேரம் பழைய கூட்டையே திரும்பப் பயன்படுத்தும். அமெரிக்காவில் இவை 830 உணவு வகைகளைச் சாப்பிடுகின்றன. 20ஆம் நூற்றாண்டின் தொடக்கத்தில் சிட்டுக்குருவிகள் விவசாய உற்பத்தியை அழிப்பதாகக் கருதப்பட்டுள்ளன. இதை வலை வைத்தும், கூண்டுகள் வைத்தும் பிடித்து அழிப்பதற்கான நடைமுறைகள் அந்தக் காலத்தில் பிரபலமாக இருந்துள்ளன," என்று அவர் குறிப்பிட்டிருக்கிறார். இதைப் படிக்கும்போது ஆச்சரியமாகவே இருக்கிறது.

இப்படியாகச் சிட்டுக்குருவிகள் பல நாடுகளில் அயல்பறவையாக நுழைந்து, அந்த நாட்டின் உள்ளூர் பறவைகள் குறைவதற்குக் காரணமாக இருந்துள்ள நிலையில், சிட்டுக்குருவிகளுக்குப் பிரபலமான அந்தஸ்தை உருவாக்கி, அவற்றைக் காப்பாற்ற வேண்டும் என்று கோரிக்கை விடுப்பது, வெளிநாட்டுப் பறவை ஆர்வலர்களை ஆச்சரியத்தில் ஆழ்த்தியுள்ளது.

லண்டனில்...

லண்டனைச் சேர்ந்த 'தி இண்டிபெண்டென்ட்' நாளிதழ், 1977—களில் இருந்ததைவிட 2000ஆம் ஆண்டில் 68 சதவீத சிட்டுக்குருவிகள் குறைந்துள்ளன என்று அறிவித்தது. இந்த அழிவு நகர்ப்புறத்தை மையமாகக் கொண்டது. அந்த வகையில் லண்டன் கடுமையாக பாதிக்கப்பட்டிருக்கிறது என்றும் அது தெரிவித்தது. சிட்டுக்குருவிகள் இப்படி அழிந்து போனதற்கான சரியாக ஏற்றுக்கொள்ளக்கூடிய அறிவியல் காரணத்தைக் கூறினால் 5,000 பவுண்ட் பரிசாகத் தருவதாக அந்த நாளிதழ் அறிவித்தது. இப்போதுவரை அந்தப் பரிசுக்காக யாரும் விண்ணப்பிக்கவில்லை. ஆனால் 'தி இண்டிபெண்டென்ட்' நாளிதழின் 'மார்கெட்டிங் வியூகம்' வேலை செய்தது. உலகெங்கும் உள்ள மக்கள் தங்கள் வாழ்க்கையின ஒரு பகுதியாக இருந்த சிட்டுக்குருவிகள், சில பகுதிகளில் இருந்து ஒட்டுமொத்தமாகக் காணாமல் போனதை கவனிக்க ஆரம்பித்தார்கள்.

இந்த திடீர் கவனக்குவிப்புக்குப் பின்னால் தொடர்ச்சியான ஆராய்ச்சி இருக்கிறது. 1920 முதல் ஒவ்வொரு இலையுதிர் காலத்திலும் லண்டனில் உள்ள புகழ்பெற்ற கென்சிங்டன் அரண்மனைப் பூங்காவில் பறவை கணக்கெடுப்பு நடைபெற்று

லண்டன் ஹைடு பூங்காவில் சிட்டுக் குருவிகளுக்கு இரையிடும் பெண் மற்றும் குழந்தைகள் (1920).

வருகிறது. இது சிட்டுக்குருவிகள் அழிவை எடுத்துக்காட்டுகிறது. 1925இல் 2,603, 1948இல் 885, 1975இல் 544, 1995இல் 81, 2000 அக்டோபரில் வெறும் 8 சிட்டுக்குருவிகள் மட்டுமே இந்தப் பூங்காவில் இருந்தன. வசந்தகாலத்தில் வெறும் 4 சிட்டுக்கருவிகளை மட்டுமே இங்கே பார்க்க முடிகிறதாம். இதே பூங்காவிலும், மற்ற அரண்மனைப் பூங்காக்களிலும் மற்ற பறவைகள் பெருமளவு இருக்கின்றன. கென்சிங்டனைப் போலவே செயின்ட் ஜேம்ஸ் பார்க், பக்கிங்ஹாம் அரண்மனை, ஹைடு பார்க் ஆகிய புகழ்பெற்ற பகுதிகளிலும் சிட்டுக்குருவிகள் காணாமல் போய்விட்டன. கென்சிங்டன் பூங்காவும், ஹைடு பார்க் எனும் மிகப் பெரிய பூங்காவும் மத்திய லண்டனின் 'பசுமை நுரையீரல்கள்' என்று கருதப்படுகின்றன. நகர்மயமாகிவிட்ட லண்டனில் இந்தப்

பூங்காக்களுக்குப் பறவைகள் வருகை தருவது வழக்கம். லண்டனில் மட்டும்தான் சிட்டுக்குருவிகள் குறைந்துள்ளன, பிரிட்டனின் மற்ற பகுதிகளில் இதேபோன்ற நிலைமை இல்லை என்பதைக் கவனத்தில் கொள்ள வேண்டும். 2003இல் எடுக்கப்பட்ட கணக்கெடுப்பின்படி பிரிட்டனில் 10 லட்சம் சிட்டுக்குருவிகள் இருந்துள்ளன.

சிட்டுக்குருவி ஆராய்ச்சி

இந்தப் புத்தகத்தின் முந்தைய பகுதிகளில் இந்தியாவில் சிட்டுக்குருவி அழிவு உண்மையிலேயே நடக்கிறதா என்பது பற்றிக் கேள்விகள் எழுப்பப்பட்டுள்ளன. அதற்கான அறிவியல் ஆதாரங்கள் என்ன என்பது பற்றி ஆராய வேண்டும் என்பதும் சுட்டிக்காட்டப்பட்டிருந்தது. அந்த வகையில் சர்வதேச பெருங் கொக்கு (Crane) அறக்கட்டளையில் ஆராய்ச்சி உதவியாளராக இருக்கும் கே.எஸ்.கோபிசுந்தர், இது தொடர்பான வாதத்தை முன்வைத்திருக்கிறார். அந்தக் கட்டுரை கவனப்படுத்துவது இதைத்தான்:

வெளிநாட்டுச் சிட்டுக்குருவிகள் மேலிருந்து...
ஆண் (இலையுதிர் காலம்)
ஆண் (இனப்பெருக்க காலம்)
பெண் குருவி

பிரிட்டனில் பல்வேறு பகுதிகளில் தன்னார்வலர்கள் நடத்திய நீண்டகால பறவைக் கணக்கெடுப்புகள் கவலை தரும் ஒரு முடிவைத் தந்தன. அது சிட்டுக்குருவிகளின் எண்ணிக்கை சரிந்து வருகிறது என்பதே. இந்த முடிவுகள் மதிப்பீடு செய்யப்பட்ட அறிவியல் இதழ்களில் வெளியாகின. அப்போதுதான் அவை அறிவியல் ஆதாரமாக ஏற்றுக்கொள்ளப்படும். பிரிட்டனில் ஒரு காலத்தில் சாதாரணமாகப் பார்க்கக்கூடிய பறவையாக இருந்த சிட்டுக்குருவி, 2002ஆம் ஆண்டில் முதன்முறையாக பிரிட்டனின் அருகிவரும் உயிரினமாக சிவப்புப் பட்டியலில் சேர்க்கப்பட்டது. (அழிவின் விளிம்புக்குத் தள்ளப்பட்ட உயிரினங்களை பாதுகாக்க வேண்டியதன் அவசியத்தை வலியுறுத்துவதற்காக ஐ.யு.சி.என். (IUCN - International Union for Conservation of Nature) ஆண்டுதோறும் ரெட் லிஸ்ட் என்ற பட்டியலை வெளியிட்டு வருகிறது, பிரிட்டனில் ஒட்டுமொத்தமாக 68 சதவிகிதமும், நகர்ப்பகுதிகளில் 90 சதவிகிதமும் சிட்டுக்குருவிகள் அழிந்திருந்தன. குறிப்பாக மத்திய லண்டனில் உள்ள புகழ்பெற்ற கென்சிங்டன் பூங்கா பகுதியில் அவை அழிந்திருந்தன.

ஆனால், பிரிட்டனில் மட்டுமல்லாமல் இந்தியாவில் சிட்டுக் குருவிகள் எண்ணிக்கை குறைந்தது தொடர்பாக வரும் ஊடகச் செய்திகள், பூதாகரமாக்கப்பட்டிருக்கின்றன. பிரிட்டனில்

வாழும் சிட்டுக்குருவிகள் தொடர்பாக 1947ஆம் ஆண்டு முதல் டெனிஸ் சம்மர் ஸ்மித் என்பவர் ஆராய்ச்சி செய்துவருகிறார். சிட்டுக்குருவிகளின் எண்ணிக்கை சரிந்ததற்கு அவர் குறிப்பிடும் காரணங்கள்: கிராமப்பகுதிகளில் இயந்திரமயமாக்கலும் வேதிப்பொருள் பயன்பாடு அதிகரிப்பும். அத்துடன் இவை இரண்டும் தீவிரமாக நடைமுறைப்படுத்தப்பட்டதே முதன்மைக் காரணம் என்கிறார். 1970கள்—1990களுக்கு இடையே பிரிட்டன் வயல்வெளிகளில் சிட்டுக்குருவிகள் எண்ணிக்கை குறைந்தது. ஆனால், அதற்குப் பிறகு எண்ணிக்கை நிலையாக இருந்துவருகிறது. நகர்ப்பகுதிகளில் சிட்டுக்குருவிகள் எண்ணிக்கை குறைந்திருக்கிறது. மத்திய லண்டனில் கடுமையாகக் குறைந்திருக்கிறது. ஆனால், புறநகர் பகுதிகள், சிற்றூர்களில் மோசமாகக் குறையவில்லை என்கிறது அவரது ஆராய்ச்சி.

லண்டனில் சிட்டுக்குருவிகள் 1920—க்குப் பிறகு சட்டென்று குறைந்துள்ளன. ஏனென்றால், அப்போதுதான் குதிரைவண்டிகளுக்குப் பதிலாக மோட்டார் வாகனங்கள் அறிமுகமாயின. ஒரு விஞ்ஞான வளர்ச்சி ஏற்படுத்தும் பல்வேறு எதிர் விளைவுகளில் இதுவும் ஒன்று. அதுவரை மெதுவாகச் செல்லும் குதிரைவண்டிகளில் தானிய மூட்டைகளை எடுத்துப் போகும்போது, வண்டிகளில் இருந்து சிறிதளவு தானியம் ஆங்காங்கே சிதறும். ஆனால், வேகமாகச் செல்லும் மோட்டார் வாகனத்தில் உள்ள தானிய மூட்டைகளில் இருந்து தானியம் வெளியே சிதறினாலும்கூட, முழுமையாக அடைக்கப்பட்ட வண்டிகளில் இருந்து அவை தரையில் விழுவதற்கான சாத்தியம் குறைந்துவிடுகிறது. இதனால் சிட்டுக்குருவிகள் எண்ணிக்கை அப்போது குறைந்துள்ளது.

அடுத்தப்படியாக 1996—2001—க்கு இடைப்பட்ட காலத்தில் லண்டனில் சிட்டுக்குருவிகள் எண்ணிக்கை பெருமளவு சரிந்துள்ளது. இதற்கான தெளிவான காரணம் அறுதியிடப்படவில்லை. சிற்றூர்களில் சிட்டுக்குருவிகளின் எண்ணிக்கை குறிப்பிடத்தக்க அளவு குறையவில்லை. 2005ஆம் ஆண்டு இனப்பெருக்க காலத்தில் 1.3 கோடி சிட்டுக்குருவிகள் பிரிட்டனில் இருந்ததாகப் 'பிரிட்டிஷ் டிரஸ்ட் ஃபார் ஆர்னிதாலஜி' தெரிவித்திருக்கிறது.

சிட்டுக்குருவிகள் எண்ணிக்கை சரிந்ததற்குக் காரணமாகக் கருதப்படும் ஒரு கருதுகோள்: 'புழு, பூச்சிகள் எண்ணிக்கை குறைந்தது'. இந்தக் காரணம் தற்போது கவனம் பெற்று வருகிறது. பறவை ஆராய்ச்சியாளர்களான சைமன் போவர், வின்சன்ட் பீச், வான் டெர் போயல் ஆகியோர் இனப்பெருக்க காலத்தில் குஞ்சுகள் பட்டினி கிடப்பதால், குறைந்த குஞ்சுகளே பிழைக்கின்றன என்பதை நிரூபித்திருக்கிறார்கள். குஞ்சுகள் பிழைக்கும் விகிதம் குறைந்ததன் காரணமாக, ஒட்டுமொத்த

சிட்டுக்குருவிகளின் எண்ணிக்கை குறைய நேர்ந்தது தொடர்பாக 'ஐபிஸ்' பறவையியல் இதழில் சிரிவார்டெனா எழுதிய கட்டுரை ஆய்வை அடிப்படையாகக் கொண்டது. இவற்றின் அடிப்படையில் பிரிட்டன், ஐரோப்பாவில் சிட்டுக்குருவிகளின் எண்ணிக்கை குறைவுக்கு பல்வேறு காரணங்கள் இருப்பதாகத் தெரியவந்துள்ளது. மத்திய லண்டனில் சிட்டுக்குருவிகளின் எண்ணிக்கை குறைவுக்கான நேரடிக் காரணம் இன்னும் தெரியவில்லை. இது தொடர்பாக, 'சிட்டுக்குருவிகள் எண்ணிக்கை குறைவுக்கு சரியான அறிவியல் விளக்கம் அளித்தால் 5,000 பவுண்ட் பரிசு' என்று பிரிட்டன் நாளிதழான இண்டிபெண்டன்ட் 10 ஆண்டுகளுக்கு முன் அறிவித்த பரிசை தங்களுக்கு வழங்கச் சொல்லி, இன்னும் யாரும் விண்ணப்பிக்கவில்லை.

இந்தியாவில் ஆராய்ச்சி:
உண்மை நிலை என்ன?

பெங்களூரு பல்கலைக்கழகத்தைச் சேர்ந்த ராஜ்சேகர், வெங்கடேசா ஆகிய இருவரும் பெங்களூரில் 2008இல் நடத்திய ஆய்வின்படி, உணவு அதிகம் கிடைத்த இடங்களில் அதிக சிட்டுக் குருவிகள் இருந்துள்ளன. உத்தரபிரதேச வயல்வெளிகளில் 2008—2009 குளிர்காலத்தில் ஆராய்ச்சியாளர் கோபிசுந்தர் நடத்திய கணக்கெடுப்புகளின்போது, உண்ணிக்கொக்குக்கு அடுத்தபடியாக அதிக எண்ணிக்கையில் இருந்த பறவைகள் சிட்டுக்குருவிகள்தான். ஒரு சதுர கிலோமீட்டருக்கு 26 முதல் 164 சிட்டுக்குருவிகள்வரை இருந்தன. அப்படியென்றால் உத்தரபிரதேசத்தில் மட்டும் லட்சக்கணக்கான சிட்டுக்குருவிகள் இருக்கின்றன என்று அர்த்தம்.

டெரி பல்கலைக்கழகத்தின் முனைவர் நீரஜ் கேரா, தனது மாணவர்களுடன் 2007இல் தில்லியில் நடத்திய ஆய்வில், பசுமைப் பரப்பு உள்ள இடங்களில் சிட்டுக்குருவிகளைப் பார்க்க முடிந்துள்ளது. சதுர கிலோமீட்டருக்கு 5 முதல் 45 சிட்டுக் குருவிகள் இருந்துள்ளன. அப்படியென்றால் தில்லி நகரத்தில் மட்டும் ஆயிரக்கணக்கான சிட்டுக்குருவிகள் இருக்கும். இந்த ஆராய்ச்சி கூற்றுகளுக்கு மாறாக, சிட்டுக்குருவிகள் நாளையே ஒட்டுமொத்தமாக அழிந்துவிடப்போவதுபோல பிரபல ஊடகங்கள் பேசுகின்றன. அப்படியென்றால் சிட்டுக்குருவிகளைப் பாதுகாக்க வலியுறுத்தும் 'உலக சிட்டுக்குருவிகள் நாளை' அனுசரிப்பதும், சிட்டுக்குருவிகள் ஒட்டுமொத்தமாக அழிந்துவிட்டது போன்ற மாயை உருவாக்கப்பட்டிருப்பதும் சரியா என்ற இரண்டு முக்கியமான கேள்விகள் எழுகின்றன.

மத்திய அரசின் வளர்ச்சித் திட்டங்களைப் பார்க்கும்போது, நமது சுற்றுச்சூழல் மோசமாக பாதிக்கப்படப் போகிறது என்பதில் இருவேறு கருத்துக்கு இடமில்லை. எனவே, எந்த

சிட்டுக்குருவிகள் அழிவு

சர்ச்சைக்குக் காரணமானவர்

கடந்த 2010ஆம் ஆண்டு முதல் ஒவ்வொரு மார்ச் 20ஆம் தேதியும் ‘உலக சிட்டுக்குருவிகள் நாளாக’ அனுசரிக்கப்பட்டு வருகிறது. முந்தைய ஆண்டுகளில் இல்லாத அளவுக்கு சமீபத்திய ஆண்டுகளில் தமிழகத்தில் வெளியாகும் பல ஆங்கில, தமிழ் இதழ்கள் சிட்டுக்குருவிகளின் அழிவைப் பற்றி மிகப்பெரிதாக எழுதியிருந்தன. வழக்கமாக சூழலியலுக்கும், சுற்றுச்சூழல் பிரச்சினைகளுக்கும் மிகக் குறைவான இடத்தையே ஒதுக்கும் இதழ்களின் இந்தப் புதிய ஆர்வம் ஆச்சரியத்தை ஏற்படுத்துகிறது.

இதற்கு ஒரு வகையில் காரணமாக இருந்தவர் மகாராஷ்டிர மாநிலம் நாசிக்கை சேர்ந்த முகமது திலாவர். சிட்டுக்குருவிகள் நாளையும், ‘இந்தியாவில் சிட்டுக்குருவிகள் அழிந்து வருகின்றன’ என்ற கருத்தையும் பிரபலமாக்கியவர் இவரே. வேறு எந்த உயிரினத்தைவிடவும், சிட்டுக்குருவிகள் மீது கவனம் திசைதிரும்பக் காரணமாக இருந்தவர் இவர். அமெரிக்காவைச் சேர்ந்த டைம் இதழ், 2008ஆம் ஆண்டில் உலக சுற்றுச்சூழல் நாயகர்கள் பட்டியலில் இவரையும் சேர்த்தது. சிட்டுக்குருவிகள் இனப்பெருக்கத்துக்கு உதவும் செயற்கை மரக் கூடுகளை வைக்க அவர் பரிந்துரைப்பதும், இதற்கு ஒரு காரணம்.

இன்றைய ஊடகங்கள் பெரும்பாலும் பரபரப்பான (சென்சேஷனல்) விஷயங்களை மையப்படுத்தியே செயல்பட்டு வருகின்றன. சூழலியல் போன்ற தீவிரமான பிரச்சினைகளை பற்றிப் பேசும்போதுகூட, உண்மையான பிரச்சினைகளை முன்னிறுத்தாமல், முகமது திலாவர் முன்வைப்பது போன்று அறிவியல்பூர்வமாக நிரூபிக்கப்படாத விஷயங்களை தூக்கிபிடிப்பது, ஊடகங்களுக்கு பரபரப்பை ஏற்படுத்துவதற்கு வசதியாக இருக்கிறது.

இது ஒரு தவறான போக்கு. நம் நாட்டில் எத்தனையோ பேருயிர்கள், சிற்றுயிர்கள் அழிவின் விளிம்புக்குத் தள்ளப்பட்டுள்ளன. இந்த நிலையில் சிட்டுக்குருவிகள் ஒட்டுமொத்தமாக அழிந்துவிட்டதாகக் கூச்சல் போடுவது உண்மையான பிரச்சினையை கவனப்படுத்தாமல், திசைதிருப்ப வழிவகுக்கிறது. மேலும், "முகமது திலாவர் சொல்வதுபோல செயற்கைக் கூடுகளை வைப்பதன் மூலம் சிட்டுக் குருவிகள் இனப்பெருக்கததுககு உதவுவது, ஒரு தற்காலிகத் தீர்வு மட்டுமே. எல்லா சிட்டுக்குருவிகளையும் செயற்கைக் கூடு வைத்து பாதுகாத்துவிட முடியாது. இது நடைமுறைச் சாத்தியமில்லாதது,” என்கிறார் பறவை ஆர்வலர் சுமித் சென்.

முகமது திலாவர்

ஒரு உயிரினத்தைப் பற்றி விழிப்புணர்வு ஏற்படுத்துவதும் வரவேற்கத்தக்கதே. அந்த வகையில் பறவைகள் மட்டும் என்று எடுத்துக்கொண்டாலும்கூட, இந்தியாவில் 1,200—க்கும் மேற்பட்ட பறவை வகைகளில் பெரும்பாலானவற்றைப் பற்றி மிகக் குறைவாகவே அனைவருக்கும் தெரியும்.

தேசியப் பறவை பரிந்துரைப் பட்டியலில் இடம்பெற்ற கானமயில் (Great Indian Bustard) போன்ற பறவைகளின் அழிவுகூட மிகக் குறைவான ஆர்வத்தையே ஏற்படுத்தியிருக்கிறது. தமிழகத்தில் ஒகேனக்கல், மதுரை பகுதிகளில் முன் இருந்த கானமயில் புல்வெளிகளில் மட்டுமே வாழக்கூடியது. புல்வெளியைச் சார்ந்திருக்கக்கூடிய இந்தப் பறவையைப் பற்றிய ஆராய்ச்சி அந்த சூழல்தொகுதியையும், புல்வெளியைச் சார்ந்துள்ள மனிதச் செயல்பாடுகள், மற்ற உயிரினங்களைப் பற்றிய புரிதலையும் தரக்கூடியது. ஆனால், கானமயில் அழிந்தது பற்றி சூழலியல் ஆர்வலர்கள் மட்டுமே பேசுகிறார்கள். அதை முன்வைத்து வெகுஜன ஊடகங்களில் எந்த பரபரப்பும் ஏற்படுத்தப்படவில்லை.

இந்தியாவிலுள்ள பல பறவைகள் பற்றி அடிப்படைத் தகவல்களே இன்னும் தெளிவாக இல்லை என்கிறார்கள் ஆராய்ச்சியாளர்கள். ஒரு பறவையின் அடைகாக்கும் காலம், பல்வேறு காலகட்டங்களில் அவற்றின் எண்ணிக்கை போன்ற தகவல்கள் இல்லை. அப்படி இருந்தால்தான், அவற்றின் தற்போதைய எண்ணிக்கையைக் கணக்கிடவும், அவை குறைந்ததற்கான அல்லது அதிகரித்ததற்கான காரணத்தைத் தேடவும் முடியும். தற்போது கிடைப்பவை எல்லாம் ஆங்கிலேயர்கள் காலத்திய பதிவுகளே.

‘சிட்டுக்குருவிகள் அழிவு’ என்பது போன்று எந்த ஆதாரமும் இல்லாமல் இஷ்டத்துக்கு அறிக்கைகளை அள்ளிவிடுவது பயங்கரமானது. ஏனென்றால், சிட்டுக்குருவிகளைப் போல உண்மையிலேயே ஆபத்தில் இல்லாத ஒரு உயிரினத்தின் மீது கவனம் திசைதிரும்பினால், உண்மையிலேயே அக்கறை தேவைப்படும் உயிரினம் பின்னுக்குத் தள்ளப்பட்டுவிடும். அறிவியலாளர்களும், அறிவியல் ஆராய்ச்சி நிறுவனங்களும் நீண்ட காலம் செலவழித்து அறிவியல்ரீதியில் நிரூபிக்கப்பட்ட ஒரு விஷயத்தை கண்டுபிடிக்க செலவழித்த சக்தியை, இது போன்ற திசைதிருப்பல் அர்த்தமற்றதாக்கி விடும்.

‘சிட்டுக்குருவிகள் அழிவு’ என்பது போன்ற அறிவியல் அடிப் படையற்ற ஒரு கருத்து புரளிபோல வேகமாகப் பரப்பப்படும்போது, அறிவியல் ரீதியில் கண்டுபிடிக்கப்பட்ட முடிவுகள் கொள்கை வகுப்புக்கும், காட்டுயிர் பாதுகாப்புக்கும் தேவையில்லை என்று ஒதுக்கப்படக்கூடிய ஆபத்தும் நேரிடலாம். ‘நம்மைச் சுற்றி இருந்த சிட்டுக்குருவிகள் அழிந்துவிட்டன, பார்த்தீர்களா?’ என்று உணர்ச்சிவசமாகப் பேசுவது எளிது. ஆனால் அப்படிப்

பேசுவதால், நாம் எதிர்பார்க்கக்கூடிய மாற்றம் சாத்தியமா, அவற்றை காப்பற்றிவிட முடியுமா என்பதையும் சேர்த்தே சிந்திக்க வேண்டும். எனவே, இந்தப் போக்கை மாற்ற வேண்டுமென்றால், உயிரினங்களின் அழிவைத் தடுத்து நிறுத்த வேண்டுமென்றால், சிட்டுக்குருவியைப் போல ஒவ்வொரு பறவையைப் பற்றியும் விழிப்புணர்வு ஏற்படுத்த வேண்டியது அவசியம்.

இந்த இடத்தில் கோபிசுந்தரைப் போலவே, சிட்டுக்குருவிகளின் அழிவு, அது சார்ந்த சர்ச்சைக்குரிய விஷயங்கள் பற்றிப் பறவை ஆர்வலர் சுமித் சென் சில முக்கிய விஷயங்களைக் கவனப்படுத்தியிருக்கிறார். அதைப் பார்ப்போம்:

சிட்டுக்குருவிகள் குறிப்பிட்ட இடங்களில் காணாமல் போயிருப்பது ஒரு முக்கியமான பிரச்சினை என்பதில் சந்தேகமில்லை. ஆனால், இந்த அழிவுக்கான சரியான காரணத்தைக் கண்டறிய சிட்டுக்குருவிகள் பற்றிய விரிவான ஆராய்ச்சி தேவை. ஆனால், அதைச் செய்யாமல் வெறுமனே செல்போன் கதிர்வீச்சால் சிட்டுக்குருவிகள் அழிந்துவிட்டன என்று கூறுவது சரியாகாது. இந்தியாவில் 2012இல்தான் முதன்முறையாக தேசிய அளவில் இணையதளம் வழியாக 'சிட்டிசன் ஸ்பாரோ' என்ற கணக்கெடுப்பு நடந்திருக்கிறது. சிட்டுக்குருவிகள் எண்ணிக்கை நிஜமாகவே குறைந்திருக்கலாம். நகர்ப்புறங்களில் மோசமான நிலைமைக்குக்கூடச் சென்றிருக்கலாம். ஆனால், அதை ஆராய்ச்சி செய்து அறிவியல்பூர்வமாக நிரூபிக்காமல், வெறுமனே பிரசாரம் செய்வது, எந்த மாற்றத்துக்கும் வழிவகுக்காது.

தெற்கு கொல்கத்தாவில் எனது வீட்டுக்கு அருகே நிறைய சிட்டுக்குருவிகள் இருக்கின்றன. அதற்கு அருகே மிகப் பெரிய செல்போன் கோபுரம் ஒன்று நிற்கிறது. ஸ்பெயின், ஸ்வீடன், பஞ்சாப், கேரளா ஆகிய பகுதிகளில் நிகழ்த்தப்பட்ட ஆய்வுகள் செல்போன் கோபுரங்களையே மிகப் பெரிய எதிரியாகச் சித்தரிக்கின்றன. ஆனால் செல்போன் எண்ணிக்கை மிக அதிகமாகப் பெருகிவிட்ட சிங்கப்பூர், பாரிஸ், பெர்லின் போன்ற நகரங்களில் சிட்டுக்குருவிகளின் எண்ணிக்கை அதிகரித்திருப்பது பற்றி இந்த ஆய்வுகள் எந்த விளக்கத்தையும் தரவில்லை.

நகர்ப்புறங்களில் சிட்டுக்குருவிகள் குறைந்து வருவது உண்மையென்றால், அவை கிராமப்புறங்கள், வாழ உகந்த இடங்களுக்கு நகர்ந்திருக்க வேண்டுமே? அப்படி நடந்திருக்கிறதா என்பதை நிரூபிக்க கணக்கெடுப்பு, ஆராய்ச்சி தேவை. பிரிட்டனில் எல்லா இடங்களும் ஒரே மாதிரி நகர்ப்புற வளர்ச்சியை அடைந்துவிட்டன. அங்கு பொருளாதார ஏற்றத்தாழ்வு பெரிய அளவில் கிடையாது. இதனால் சிட்டுக்குருவிகள் ஓரிடத்தில் வாழ முடியவில்லை என்றால், வேறொரு இடத்துக்கு இடம்பெயர முடியாது. இந்தியாவில் இப்போதுவரை நிலைமை அவ்வளவு மோசமாக

மாறவில்லை. இனிமேல் லண்டனைப் போல இந்தியாவும் மாறலாம். இதிலிருந்து நாம் அறிய வேண்டியது என்னவென்றால் ஒரு வாழிடம், சுற்றுச்சூழலின் ஆரோக்கியம் பற்றித்தான். இது சிட்டுக்குருவியின் அழிவைப் பற்றியது மட்டுமல்ல என்பதை உணர்ந்துகொள்ள வேண்டும்.

நன்றி: Birds of India,;Sparrows, science and species conservation in India, K. S. Gopi Sundar, August 2011; The Fall of a (House) Sparrow - with apologies to Salim Ali, Sumit Sen.

சிட்டுக்குருவி கணக்கெடுப்பு
தமிழக நிலைமை என்ன?

சிட்டுக்குருவிகள் அழிவு நிஜமா அல்லது அவை அழிவை நோக்கிச் சென்று கொண்டிருக்கின்றனவா அல்லது உண்மையிலேயே சிட்டுக்குருவிகளின் நிலைமை மோசமாக இல்லையா என்பது உள்ளிட்ட அனைத்துக் கேள்விகளுக்கும் விடை தெரிய, சிட்டுக்குருவிகளின் எண்ணிக்கை, எந்த வாழிடத்தில் அவை வாழ்கின்றன, எப்படி வாழ்கின்றன என்பது பற்றித் தெரிந்திருக்க வேண்டும்.

இந்தப் புத்தகத்தின் மற்ற பகுதிகளில் ஏற்கெனவே விவாதித்தபடி, சிட்டுக்குருவிகளின் அழிவைத் தடுக்கவும், அவற்றைப் பற்றி முறையான விழிப்புணர்வை ஏற்படுத்தவும் அறிவியல்ரீதியாலான ஆதாரங்கள் தேவை. இதற்கு அடிப்படையாக மத்திய சுற்றுச்சூழல் வனத்துறை அமைச்சகம், பம்பாய் இயற்கை வரலாற்றுக் கழகம் (பி.என்.எச்.எஸ்.) ஆகிய இரண்டு அமைப்புகளும் நாட்டிலுள்ள பல்வேறு உள்ளூர் அமைப்புகளுடன் இணைந்து 'சிட்டிசன் ஸ்பாரோ' (www.citizensparrow.in) என்ற இணையதளக் கணக்கெடுப்பை 2012ஆம் ஆண்டில் நடத்தின. இந்த இணையதளத்தில் உள்ள பதிவுகளை யார் வேண்டுமானாலும் எடுத்துப் பயன்படுத்தலாம்.

'சிட்டிசன் ஸ்பாரோ' இணையதள கணக்கெடுப்புத் திட்டத்தின் கீழ், தமிழகத்திலிருந்து 1649 பதிவுகள் செய்யப்பட்டுள்ளன. சிட்டுக் குருவி பற்றிய மொத்தப் பதிவுகளில் தமிழகம் இரண்டாவது இடத்தில் உள்ளது. நகரின் மையப்பகுதிகளைச் சார்ந்த பதிவுகள் 406, புறநகர் சார்ந்த பதிவுகள் 324, கிராமம் சார்ந்த பதிவுகள் 396. இணையதளப் பதிவு என்பதால், இணையதளத்தை எளிதில் அணுகும் வாய்ப்பு உடையவர்களே அதிகம் பதிவு செய்திருப் பார்கள், அதனால்தான் நகரம் சார்ந்த பதிவுகள் அதிக எண்ணிக்கையில் கிடைத்துள்ளன. சென்னை மாவட்டத்தில் மட்டும் 304 பதிவுகள் செய்யப்பட்டுள்ளன. கோவை மாவட்டத்தில் மிக அதிகமாக 453 பதிவுகள் செய்யப்பட்டுள்ளன.

சுவாரசிய தகவல்

ஈரோடு மாவட்டம் தர்மாபுரம் அருகேயுள்ள சங்கராண்டாம் பாளையம், சென்னை மயிலாப்பூர் சங்கராபுரம் ஆகிய பகுதிகளில் 1950—54ஆம் ஆண்டுகளுக்கு இடைப்பட்ட காலத்தில் 100க்கும் மேற்பட்டது முதல் 5—30 வரையிலான சிட்டுக்குருவிகள் இருந்ததாக பதிவு செய்யப்பட்டுள்ளது. சென்னை தண்டையார்பேட்டை

பகுதியில் 1955—59ஆம் ஆண்டுகளுக்கு இடைப்பட்ட காலத்தில் 30—100 சிட்டுக்குருவிகள் இருந்ததாகப் பதிவு செய்யப்பட்டுள்ளது. சென்னை மந்தைவெளி, புரசைவாக்கம் பெருமாள்பேட்டை, தண்டையார்பேட்டை மொட்டைப் பூங்கா பகுதிகளில் 1970—74ஆம் ஆண்டுகளுக்கு இடைப்பட்ட காலத்தில் பெருமளவிலும், குறிப்பிடத்தக்க அளவிலும் சிட்டுக்குருவிகள் இருந்தது பதிவு செய்யப்பட்டுள்ளது. கோயம்புத்தூர் மாவட்டம் மேட்டுப்பாளையம் பேருந்து நிலையப் பகுதியில் 1965—69ஆம் ஆண்டுகளுக்கு இடைப்பட்ட காலத்தில் குறிப்பிடத்தக்க அளவு சிட்டுக்குருவிகள் இருந்தது பதிவு செய்யப்பட்டுள்ளது. கோயம்புத்தூர் ரேஸ்கோர்ஸ் பகுதி, ஒண்டிபுதூர் பகுதிகளில் 1975—79ஆம் ஆண்டுகளுக்கு இடைப்பட்ட காலத்தில் பெருமளவு முதல் மிக அதிக அளவுக்குச் சிட்டுக்குருவிகள் இருந்துள்ளது பதிவுசெய்யப்பட்டுள்ளது.

ஒட்டுமொத்தமாக தமிழ்நாட்டில் 40 பகுதிகளில் சிட்டுக்குருவிகள் அதிக எண்ணிக்கையில் இருந்ததாகப் பதிவு செய்யப்பட்டுள்ளது. ஆனால், சென்னையின் எந்தப் பகுதியிலும் சிட்டுக்குருவிகள் எண்ணிக்கை அதிக அளவு இருந்ததாகப் பதிவுகள் இல்லை. தமிழகத்திலும், சென்னை, கோவையிலும் பழைய குடியிருப்புப் பகுதிகளுடன் ஒப்பிடும்போது, புதிய குடியிருப்புப் பகுதிகளில் சிட்டுக்குருவிகள் மொத்தமாகக் காணாமல் போனது பற்றி பதிவு செய்யப்பட்டிருக்கிறது. சென்னையைச் சுற்றியுள்ள கிராமப் பகுதிகளில் உருவான புதிய குடியிருப்புகளில் சிட்டுக்குருவிகள் அதிக எண்ணிக்கையில் குறைந்திருப்பதும், சென்னையைச்

தண்ணீர் குடிக்கும் சிட்டுக்குருவிகள்

சுற்றியுள்ள கிராமப் பகுதிகளின் பழைய குடியிருப்புகளில் ஒன்றிரண்டு அல்லது குறிப்பிடத்தக்க அளவில் சிட்டுக்குருவிகள் இருப்பதும் பதிவு செய்யப்பட்டுள்ளது.

இந்தப் பதிவுகளை அலசிப் பார்க்கும்போது, நகரின் மையப் பகுதிகளைக் காட்டிலும் புறநகர், கிராமப் பகுதிகளில் சிட்டுக்குருவிகள் எண்ணிக்கை அதிக அளவில் இருப்பது தெரிய வருகிறது. புறநகர்ப் பகுதிகளில் சிட்டுக்குருவிகள் காணப்படுவதாகப் பதிவு செய்யப்பட்டுள்ள இடங்களிலும், பழைய குடியிருப்புகளில்தான் அதிக சிட்டுக்குருவிகளைக் காண முடிகிறது. இதிலிருந்து தெரிய வருவது என்னவென்றால், நகரின் மையப் பகுதியோ அல்லது புறநகர் பகுதியோ அல்லது கிராமப் பகுதியோ, எந்தப் பகுதியாக இருந்தாலும் புதிய குடியிருப்புகளைவிட, பழைய குடியிருப்புகளில்தான் சிட்டுக்குருவிகளை அதிகம் காண முடிகிறது. அத்துடன், சென்னையைச் சுற்றியுள்ள கிராமப் பகுதிகளில் உருவாகியுள்ள புதிய குடியிருப்புகளில்தான் சிட்டுக் குருவிகள் காணாமல் போனது பதிவாகியுள்ளது. அதேபோல தமிழகத்தில் 2005—2012—க்கு இடைப்பட்ட ஏழு ஆண்டுகளிலும், 2005க்கு முன்னதாகவும் சிட்டுக்குருவிகள் எண்ணிக்கை எப்படியிருந்தது என்று ஒப்பிடப்பட்டது. இதில் சமீபகாலத்தில் சிட்டுக்குருவிகள் எண்ணிக்கை குறைந்திருப்பது, முற்றிலும் காணாமல் போயிருப்பது பற்றிய பதிவுகள் அதிகமாக உள்ளன. அதேபோல சிட்டுக்குருவிகள் ஓரளவு, அதிக அளவு, மிக அதிக அளவில் பார்த்ததாக 2005—க்கு முந்தைய காலத்தில் பதிவு செய்யப்பட்டுள்ளது.

ஆனால் இதை வைத்து தமிழகத்தில் சிட்டுக்குருவிகளின் எண்ணிக்கை குறைந்திருக்கிறது என்று உடனே முடிவுக்கு வந்துவிட முடியாது. ஏனென்றால், இந்தக் கணக்கெடுப்பு வெறும் 1649 பதிவுகளை மட்டுமே அடிப்படையாகக் கொண்டது. இது ஒரு இணையதளக் கணக்கெடுப்பு என்பதாலும், இது ஒரு மாதிரி கணக்கெடுப்பு (sample survey) என்பதாலும், இதில் கிடைக்கும் முடிவுகளை அப்படியே நிதர்சனத்துக்கு பொருத்திப் பார்க்கக் கூடாது. காரணம், இந்த மாதிரிக் கணக் கெடுப்பில் பங்கேற்றவர்களின் எண்ணிக்கை குறைவு. மேலும், இணையதளத்தில் புழங்குபவர்கள், குறிப்பாக நகர்ப் பகுதிகளைச் சேர்ந்தவர்கள்தான் இந்தப் பதிவுகளை அதிகம் செய்திருக்கிறார்கள். அனைத்துத் தரப்பு மக்களும் இந்தக் கணக் கெடுப்பில் பங்கேற்கவில்லை. மேற்கண்ட இதே காலங்களில் சிட்டுக்குருவிகளின் கூட்டை பார்த்தது பற்றிய பதிவுகளின் முடிவுகளும், இதை ஒட்டியே அமைந்துள்ளன. 2005—க்கு முந்தைய காலத்தில் சிட்டுக்குருவிகளின் கூட்டை அவ்வப்போதும், அடிக்கடியும் பார்த்ததாக பதிவுகள் உள்ளன. அதேநேரம் 2005—2012க்கு இடைப்பட்ட பகுதியில் சிட்டுக்குருவிகளின் கூட்டை பார்க்கவில்லை என்கிற பதிவுகள் அதிகமாக உள்ளன.

ஏற்கெனவே கூறியபடி, இதைத் திட்டவட்டமான ஒரு ஆய்வு முடிவாகக் கொள்ளக் கூடாது. அறிவியல்பூர்வமான முடிவுகளை எட்ட, இதில் கிடைத்திருக்கும் முடிவுகளைப் பயன்படுத்திக் கொள்ளலாம். மேலும், 10 ஆண்டுகளுக்கு முன் ஓரிடத்தில் பார்த்த சிட்டுக்குருவிகளின் எண்ணிக்கையையும், அதே இடங்களில் இப்போது சிட்டுக்குருவிகள் இருக்கின்றனவா, இல்லையா என்பதையும் நினைவுகூர்வது கடினம். நீங்கள் வாழும் இடத்தில் உள்ள சிட்டுக்குருவிகளோ அல்லது அவை காணாமல் போனதோ வேண்டுமானால் உடனடியாக ஞாபகத்துக்கு வரலாம். மற்றபடி, நீங்கள் சென்ற எல்லா இடங்களிலும் இருந்த சிட்டுக்குருவிகளைப் பற்றியும் குறிப்பெடுத்து வைத்திருந்தால் மட்டுமே, திட்டவட்டமாகக் கூற முடியும். எனவே, நமது ஞாபகத்தில் அந்த சிட்டுக்குருவிகள் பதியாததாலேயே, அப்போது சிட்டுக்குருவிகள் அதிகமாக இருந்ததாகவோ, அல்லது இப்போது குறைந்துவிட்டதாகவோ நினைப்பது சரியாகாது.

(இந்தக் கணக்கெடுப்பில் தமிழகம் சார்ந்த முடிவுகளை இந்தப் புத்தகத்துக்காக பகுப்பாய்வு செய்து வழங்கியவர் டெரி அமைப்பின் ஆராய்ச்சி மாணவர் கே.கார்த்தி.)

சிட்டுக்குருவிகளைப் பற்றிய இந்திய அஞ்சல் தலை, அஞ்சல் உறை

10 அல்லது 20 ஆண்டுகளுக்கு
முந்தைய சிட்டுக்குருவிகளின் எண்ணிக்கை,
வாழ்க்கை பற்றி உங்களுக்குத் தெரியும் என்றால்,
www.citizensparrow.in இணையதளத்தில் இப்போதும்கூட
அதை நீங்கள் பதிவு செய்யலாம் உங்களுடைய பதிவு,
அடுத்து வரும் ஆராய்ச்சிகளுக்கு நிச்சயம் உதவும்.

நெதர்லாந்தில் ஒரு கட்டடத்தின் வெளிப்பகுதியில் சிற்பி பெஞ்சமின் வெர்டாங்க் உருவாக்கிய பிரம்மாண்ட பறவைக் கூடு சிற்பம்

சிட்டுக்குருவிகளைக் காப்பாற்ற என்ன செய்யலாம்?

பிரிட்டன், ஐரோப்பாவின் சில பகுதிகளில் சிட்டுக்குருவிகளின் அழிவு குறிப்பிடத்தக்க நிகழ்வாக இருந்தாலும்கூட, இந்தியாவில் அவற்றின் எண்ணிக்கை அதல பாதாளத்துக்குப் போகவில்லை என்பது நிஜம். ஆனால், தமிழகத்திலும் இந்தியாவிலும் சிட்டுக்குருவி இனத்தின் வீழ்ச்சி ஒரு சில இடங்களில் தொடங்கிவிட்டது. அது சிட்டுக்குருவி இனத்தின் வீழ்ச்சி மட்டுமல்ல. நமது சூழல் வாழத் தகுதியற்றதாக மாறி வருவதன் முக்கியமான அறிகுறி. இதை கவனிக்கத் தவறுவதும் புறக்கணிப்பதும், நாளை மனித குலத்தின் ஆரோக்கியத்தையும் உடல்நலத்தையும் சீரழிப்பதாக மாற்றிவிடக் கூடும். சிட்டுக்குருவிகளின் அழிவு நமக்கு உணர்த்தும் செய்தி இதுதான்.

சரி, சிட்டுக்குருவிகளைப் பாதுகாக்க அரசு எடுத்துள்ள முக்கியமான நடவடிக்கைகள் என்ன? சிட்டுக்குருவிகளை முறைப் படி பாதுகாக்க வேண்டும் என்னும் நோக்கத்துடன், நாடு முழு வதும் அவற்றை கணக்கெடுக்கும் பணி இணையதளம் வழியாக நடைபெற்றது. இரண்டு மாதங்களுக்குத் தொடர்ச்சியாக நடை பெற்ற இந்த முயற்சியை பம்பாய் இயற்கை வரலாற்றுக் கழகமும், மத்திய சுற்றுச்சூழல் வனத்துறை அமைச்சகமும் இணைந்து நடத்தின. இந்தக் கணக்கெடுப்பின் விரிவான

ஆதி வள்ளியப்பன்

முடிவுகளைக் கீழ்க்கண்ட இணையதளத்துக்குச் சென்று தெரிந்து கொள்ளலாம். சிட்டுக்குருவிகளைப் பற்றி மேலும் அறிந்துகொள்ள விரும்புபவர்களும் இந்த இணையதளத்தைப் பார்க்கலாம்: www.citizensparrow.in

அத்துடன், சிட்டுக்குருவிகளைப் பாதுகாக்க நாம் ஒவ்வொரு வரும் என்ன செய்யலாம் என்பதைப் பார்ப்போம்:

- ஆல், அரசு போன்ற மரங்கள், அவரை, புடலை மாதிரி யான கொடிகள் என்று நமது மண்ணுக்கேற்ற உள்ளூர் தாவரங் களை அதிகம் வளர்க்க வேண்டும். குறிப்பாக, வேலியோரத் தாவரங்களை வளர்க்க`1வேண்டும். ஏனென்றால், அவைதான் நமது இயற்கைச் சூழலைப் பாதுகாக்கின்றன.

- வெளிநாட்டுத் தாவரங்கள் எளிதில் வளரக்கூடியதாக இருந் தாலும், உள்நாட்டு உயிரினங்களுக்கு உணவு, இருப்பிடம் மாதிரியான ஆதரவை அவை தருவதில்லை. எனவே, பராமரிக்க எளிதாக இருக்கிறது என்ற ஒரே காரணத்துக்காக, வெளிநாட்டுத் தாவரங்களை வளர்ப்பது எதிர்விளைவுகளையே ஏற்படுத்தும்.

- தோட்டங்கள், வயல்களில் பூச்சிக்கொல்லிகள், வேதி உரங்கள் இடுவதை தவிர்க்க வேண்டும். இவை நுண்ணுயிரிகள், நன்மை செய்யும் பூச்சிகள், புழுக்களையும் சேர்த்து அழித்து விடுகின்றன. இதனால் குருவிகளைப் போன்ற பறவைகளுக்கான இரையும் சேர்ந்து அழிந்து போகிறது.

வீட்டில் ஒரு பறவை ஆர்வலர் வைத்த தானியத்தை கொத்தித் தின்னக் காத்திருக்கும் சிட்டுக்குருவி

தண்ணீர் குடிக்கும் ஆண் குருவி

- சிட்டுக்குருவி உள்ளிட்ட பறவைகளுக்கு நாம் உணவு வைக்கலாம். இப்படி வைக்கும்போது தானியங்களை மட்டுமே வைக்க வேண்டும். மீதமான உணவுப் பொருள்களை பறவைகளுக்குக் கொடுக்கலாம். உப்பும் எண்ணெயும் மிகுந்த, மக்கிப் போன உணவு வகைகளை பறவைகளுக்குக் கொடுப்பதைத் தவிர்க்க வேண்டும். கம்பு, அரிசி, கோதுமை போன்றவற்றை தரலாம்.

- வெயில் காலங்களில் ஒரு அகலமான பாத்திரத்தில் தண்ணீர் வைக்கலாம். இது பறவைகளின் தாகத்தைத் தணிக்கும்.

- கட்டடங்கள் கட்டும்போது பறவைகள் கூடு கட்ட இட வசதி செய்து கட்டலாம். அப்படி வாய்ப்பில்லாதபோது பழைய காலணி அட்டைப் பெட்டி அல்லது ஏதாவது ஒரு அட்டைப் பெட்டியை பூனை, காக்கை போன்றவை எளிதில் அணுக முடியாத உயரத்தில் வைக்கலாம். கொஞ்ச நாளிலேயே பறவைகள் அந்த செயற்கைக் கூட்டுக்கு வரத் தொடங்கும்.

இந்த நடவடிக்கைகள் எல்லாமே சிட்டுக்குருவிகளின் வாழ்க்கையை மட்டுமில்லாமல், மனிதர்களான நம்முடைய வாழ்க்கைத் தரத்தையும் உயர்த்தும். நம்மை இன்று தாக்கும் பல்வேறு நோய்கள், மருத்துவப் பிரச்சினைகளுக்கு சுற்றுச்சூழல் சீர்கேடுதான் முக்கியமான காரணம். எனவே, சுற்றுச்சூழல் மேம்பட்டால், சிட்டுக்குருவிகள் மட்டுமில்லாமல் நம்முடைய வாழ்க்கையும் ஆரோக்கியமாக இருக்கும் என்பதில் எந்தச் சந்தேகமும் வேண்டாம்.

குருவிக் கூடு: ஓர் அனுபவம்

'தி இந்து' (ஆங்கிலம்) நாளிதழில் பணிபுரியும் இதழாளர் ப.கோலப்பன், சிட்டுக்குருவிகளைப் பற்றி மார்ச் 21, 2012 அன்று ஒரு கட்டுரை எழுதியிருந்தார். பின்னர் சொல் வனம் இணைய இதழில், 'குருவி பிடித்த காலம்' என்ற பெயரில் விரிவுபடுத்தப்பட்ட கட்டுரையாக அது வெளியானது. அதில் சிட்டுக்குருவிகளைப் பாதுகாக்க அவர் மேற்கொண்ட முயற்சியும் அதற்குக் கிடைத்த பலனையும் பற்றி பார்ப்போம்:

சென்னைக்கு பதினேழு ஆண்டுகளுக்கு முன்பு பிழைப்புக்காக வந்த காலத்தில் இருந்தே, ஒரே வீட்டில்தான் தங்கிவருகிறேன். அந்த வீடு மெட்ராஸ் ரூஃபிங் முறையில் கட்டப்பட்டது. தொடக்கத்தில் அந்த வீட்டில் ஏராளமான குருவிகள் கூடு கட்டியிருந்தன. வீட்டுக்குள்ளேயே குருவிகள் தாராளமாகப் புழங்கின. திடீரென இப்பறவைகளின் எண்ணிக்கை குறைந்திருப்பது தெளிவாகத் தெரிந்தது.

எங்கள் வீட்டின் வெளிப்புறத்தில் ஒரு டப்பாவை சுவரில் மாட்டி வைத்தேன். அதை ஒரு சிட்டுக்குருவி ஜோடி ஏற்றுக்கொண்டு கூடு கட்டியது. தினை, கேழ்வரகு, சாமை, அரிசி என்று மொட்டை மாடியில் கொட்டி வைத்தேன். பையப்பைய அவற்றின் எண்ணிக்கை அதிகமானது. வேறு எங்கிருந்தோகூட குருவிகள் இரை தேடி எங்கள் வீட்டு மாடிக்கு வர ஆரம்பித்திருக்கின்றன, போன மாதம் பார்த்தபோது, அவற்றின் எண்ணிக்கை ஏழாக உயர்ந்திருந்தது. ஒரு குஞ்சு இப்போதுதான் கூட்டை விட்டு வெளியேறி பெற்றோருடன் உலகம் சுற்றப் புறப்பட்டிருக்கிறது. அது வாயைப் பிளந்து கொண்டே பெற்றோர் பின்னால் அலைகிறது. பெற்றோரும் தொடர்ந்து அதற்கு உணவு ஊட்டிக் கொண்டிருக்கின்றனர். அண்மையில் எண்ணியபோது, 12 குருவிகள் காணப்பட்டன.

மாலையில் தண்ணீர்த் தொட்டி நிரம்பி வழியும்போது குருவிக்கூட்டம் குற்றால அருவியில் குளிப்பதுபோல் உற்சாகமாக நீராடியது, காணக் கண்கொள்ளாக் காட்சி. மனம் இளகி லேசானதுபோல் இருந்தது. மொட்டை மாடி முழுவதும் புறாக்களும் குருவிகளும் தானியங்களைக் கொத்தித் தின்பதைத் தினமும் பார்க்கிறேன். அவற்றோடு சில அணில்களும் சேர்ந்து கொண்டிருக்கின்றன. கடந்த காலத்தில் குருவிகளுக்கு நான் செய்த கொடுமைக்கு ஓரளவுக்குப் பிராயச்சித்தம் தேடிவிட்டேன் என்றே தோன்றுகிறது. அதனால் எனக்கு எதிரான கணக்குகளை சித்திரகுப்தன் குறைத்து எழுதி, நரகத்துக்கு செல்வதில் இருந்து விதிவிலக்கு அளிக்கலாம் என்று நம்பிக்கொண்டிருக்கிறேன்.

கூடுதல் விவரங்களுக்கு: http://solvanam.com/?p=20120

பின்னிணைப்பு

வீடுதேடி வந்த சிட்டுக்குருவிகள்!
ஆதி வள்ளியப்பன் | ம. பிரபு

சென்னையின் ஒரு வழிப் பாதைகள் பல நேரம் தலைசுற்ற வைக்கும் என்றாலும், அவை சில நேரம் ஆச்சரியமளிக்கும் அபூர்வ அனுபவங்களையும் தரக்கூடும். எங்களுக்கு ஏற்பட்ட அனுபவம், அப்படி ஆச்சரியமளிக்கும் ஒன்றுதான். அலுவலகம் செல்வதற்குச் சென்னை எழும்பூர் அருகிலுள்ள சிந்தாதிரிப்பேட்டையை அன்றைக்குக் கடக்க வேண்டியிருந்தது. சிந்தாதிரிப்பேட்டையின் முதன்மைச் சாலை ஒரு வழிப் பாதையாக மாற்றப்பட்டுவிட்ட நிலையில், மாற்று வழியில் வண்டியைத் திருப்பினோம். அங்கு எங்களுக்கு ஓர் ஆச்சரியம் காத்திருந்தது.

மங்காபதி தெரு வழியாக வந்தபோது, ஒரு வீட்டின் முன்னால் ஏதோ ஒரு படரும் பூக்கொடி மூன்று மாடிகளுக்கு உயர்ந்து அடர்த்தியாக நிறைந்திருந்தது. அதில் 50க்கும் மேற்பட்ட சிறு பறவைகள் 'ஷில்லவுட்' ஆகத் தெரிந்தன. அந்தப் புதர் அருகே நெருங்கிச் சென்றபோது, அங்கு அமர்ந்திருந்த பறவைகளை அடையாளம் காணமுடிந்தது. அவை, சிட்டுக்குருவிகள்!

சிட்டுக்குருவிகளா? எங்களால் நம்ப முடியவில்லை. ஆச்சரியம் விலகாமலேயே, அடுத்த 2 மணி நேரத்தை அங்கே செலவழித்தோம். பெருமளவு காய்ந்துவிட்ட அந்தக் கொடியில் கிட்டத்தட்ட 50—70 சிட்டுக்குருவிகள் கூட்டமாக வந்து அமர்வதும், பிறகு எதிர்வீட்டு மாடிக் கட்டைச் சுவருக்குப் பறப்பதுமாக இருந்தன.

கடந்த 2—3 ஆண்டுகளாக அந்தச் சிட்டுக்குருவிகள் இந்தப் பகுதியில் வசித்துவருகின்றனவாம். ஒரே வீட்டில் இத்தனை சிட்டுக்குருவிகள் வாழ்ந்துவருவது, பறவை ஆர்வலர்களுக்கு நிச்சயம் புதிய செய்திதான். இவ்வளவு நாள் இந்த இடம் யார் கண்களிலும் எப்படிப் படாமல் போனது?

சிட்டுக்குருவிகள் அழிவின் விளிம்புக்குச் சென்றுவிட்டன. குறிப்பாக, சென்னை போன்ற நகர்ப்புறங்களைவிட்டு அவை வெளியேறி ஆண்டுகள் பலவாகிவிட்டதாக செய்திகளைப் படித்திருக்கிறோம். அப்படியானால், இந்தச் சிட்டுக்குருவிகள் இங்கே கூட்டமாக வாழ்வது எப்படிச் சாத்தியமானது?

இதைச் சாத்தியப்படுத்தியதில் அந்த முல்லைக்கொடிப் புதருக்கும், அந்தப் புதரைப் பராமரித்துவரும் விஜயலட்சுமி— பூபாலன் தம்பதியினருக்கும் நிறைய பங்கு இருக்கிறது. "இந்தச்

சிட்டுக்குருவிகள், எங்கள் குழந்தை மாதிரி” என்கிறார்கள் வீட்டின் உரிமையாளர்களான அந்தத் தம்பதி. அரசு மருத்துவமனைக்குக் காய்கறி விநியோகம் செய்யும் ஏஜெண்டாக இருக்கும் பூபாலன் குடும் பத்தினர், 10 ஆண்டுகளுக்கு முன் இந்த வீட்டைக் கட்டி குடி வந்துள்ளனர். அப்போது வளர்க்க ஆரம்பித்த முல்லைக்கொடியை, மாடிக்கு ஏற்றி விட்டுள்ளனர். அந்தக் கொடி கடின மரம் போலாகி மிகப்பெரிய புதர் போல வளர்ந்திருக்கிறது. அது பூக்கும் நிலையில் இல்லையென்றாலும், சீசன் நேரத்தில் மீண்டும் பூக்க ஆரம்பித்துவிடுமாம். அதை ஆதாரமாகக்கொண்டு இந்தச் சிட்டுக்குருவிகள் வாழ்ந்து வருகின்றன.

“அந்தக் கொடி அடர்த்தியாகிக்கொண்டே போவதைத் தடுக்க, பக்கவாட்டில் வெட்டிவிட்டு மாடியில் பந்தல் போட்டுப் படரவிட இருந்தோம். ஆனால், 2—3 ஆண்டுகளுக்கு முன் சிட்டுக்குருவிகள் வந்து அதில் அடைய ஆரம்பித்தவுடன், அப்படிச் செய்யும் முடிவைக் கைவிட்டோம்.

ஏற்கெனவே நாய், பச்சைக்கிளி, புறா, முயல் போன்றவற்றை வளர்த்திருக்கிறோம் என்பதால், இந்தச் சிட்டுக்குருவிகளின் வரவு எங்களுக்கு மகிழ்ச்சியையே தந்தது. காலை 11 மணி, மாலை 4 மணி என இரண்டு முறை இந்தச் சிட்டுக்குருவிகளுக்குச் சாப்பாடும் வைப்போம். பொரி கடலை, சாதம் போன்றவற்றை வைப்போம். அந்த நேரத்தில் நாங்கள் எங்காவது வெளியே போய்விட்டால் சத்தம் போட்டுக் கத்தித் தீர்த்துவிடும். சில நேரம் பால்கனியிலும் பூக்கொடியிலும் கூடுவைக்கும்’’ என்கிறார் விஜயலட்சுமி. சென்னையில் சிட்டுக்குருவிகளின் எண்ணிக்கை தொடர்பாகக் கடந்த ஆண்டு கணக்கெடுப்பு நடத்திய இ.எம்.ஏ.ஐ. (The Trust for Environment Monitoring and Action Initiating) நிறுவனத்தின் திட்ட இயக்குநர் த.முருகவேளிடம் இது பற்றி விசாரித்தோம்.

“தென்சென்னையுடன் ஒப்பிடும்போது வடசென்னையில் சிட்டுக்குருவிகளின் எண்ணிக்கை, குறிப்பிடத்தக்க அளவு அதிக மாகவே உள்ளது. ராயபுரம் (451), ராஜாகடை (484), மண்ணடி (193), திருவொற்றியூர், புது வண்ணாரப் பேட்டை (தலா 130) சிட்டுக்குருவிகள் இருப்பது பதிவு செய்யப்பட்டுள்ளது. சிந்தாதிரிப் பேட்டையில் கடந்த ஆண்டு நாங்கள் கணக்கெடுப்பு நடத்தியபோது சிங்கண்ணா தெரு, ஆதிகேசவலு தெரு, குருவப்பா

தெரு, அருணாசலம் தெருவில் 20 சிட்டுக்குருவிகள் பதிவு செய்யப் பட்டிருந்தன.

வடசென்னையில் மின்சார மீட்டர் பாக்ஸ், ஷட்டரின் மேற் பகுதி, விளக்குக் கம்பங்களின் மேற்பகுதி, சுவர் ஓட்டைகளில் சிட்டுக்குருவிகள் கூடு கட்டிக் குஞ்சு பொரிக்கின்றன. அதேநேரம், சிட்டுக் குருவிகள் பகலில் தங்கி ஓய்வெடுப் பதற்கு (roosting) அடர்த்தியான தாவரங்களையே நாடும். சாதாரணமாகப் போகன்வில்லா புதர், இல்லையென்றால் பூவரசு மரம், சில இடங்களில் வேப்ப மரத்தில் தங்கும்.

தங்கி ஓய்வெடுக்கவே இந்த முல்லைக்கொடிக்கு அவை வந்திருக்க வேண்டும். இப்படி ஒரே புதரில் இத்தனை சிட்டுக்குருவிகள் இருந்தும், எங்களைப் போன்ற பறவை ஆர்வலர்களின் கண்ணில் இதுவரை படாமல் இருந்தது ஆச்சரியம்தான்" என்கிறார் த.முருகவேள்.

இந்த இடத்தில் சிட்டுக்குருவிகளின் அழிவுக்கான முக்கியக் காரணங்களைப் பற்றி யோசிக்க வேண்டும். பூச்சிக்கொல்லி தெளிப்பு, அயல் தாவரங்களின் பெருக்கத்தால் குஞ்சுகளுக்குப் புழுவும், ஞெகிழிப் (பிளாஸ்டிக்) பைகளில் அடைக்கப்பட்டு விற்கப்படுவதால் தானியங்களும் கிடைக்காமல் போவது, நவீன கட்டடங்களில் கூடு கட்ட இடமில்லாமல் போவது ஆகியவற்றுடன் ஓய்வெடுப்பதற்குப் புதர்ச் செடிகள் இல்லாமல் இருப்பது போன்றவைதான் சிட்டுக்குருவிகளின் அழிவுக்கு முக்கியக் காரணம். இதற்கு மாறாகச் சிந்தாதிரிப்பேட்டை பகுதியில் சிட்டுக்குருவிகள் பிழைத்திருப்பதற்கான வாய்ப்புகள் எஞ்சியிருப்பதை, இந்தச் சிட்டுக்குருவிகள் கூட்டம் அடையாளப்படுத்துகிறது.

விஜயலட்சுமி, பூபாலன் தம்பதியைப் போலச் சிட்டுக்குருவிகள் உள்பட நம்மைச் சுற்றி வாழும் உயிரினங்களுக்கு ஆதரவளித்தால், அவை நிச்சயமாகப் பல்கிப் பெருகும். அவை நமது மனதுக்கு ஆசுவாசம் தருவதுடன், நம் வாழ்க்கைக்குப் புதுவண்ணமும் சேர்க்கும்.

நன்றி : தி இந்து (தமிழ்)

செல்போன் கதிர்வீச்சு யாருக்கு எதிரி?

ஆதி வள்ளியப்பன்

'சிட்டுக்குருவிகள் ஏன் குறைந்துவிட்டன? எங்கள் காலத்தில் சிட்டுக்குருவிகள் வீட்டிலேயே கூடி கட்டி அமோகமாக இனப் பெருக்கம் செய்துள்ளன. இன்றைக்குச் சிட்டுக்குருவி களைப் பார்க்கவே முடிய வில்லையே. இதற்குக் காரணம் செல்போன் கதிர் வீச்சுதான்...'

இந்தத் தகவல் நிச்சயம் உங்கள் காதுக்கும் வந் திருக்கும். எல்லோரும் செல்போன் பயன்படுத்தினாலும், அதனால் ஏற்படும் பாதிப்புகளைப் பற்றி பெரிய விழிப்புணர்வு பலரிடம் இல்லை. ஆனால் சிட்டுக்குருவிகள் ஏன் அழிந்தன என்ற கேள்வியை 10 பேரிடம் கேட்டால், அதில் 8 பேர் செல்போன் கோபுரங்கள்தான் காரணம் என்று அழுத்தமாகக் கூறுவார்கள். ஆனால், உண்மையிலேயே சிட்டுக்குருவிகள் அழிந்ததற்குக் காரணம் என்ன? செல்போன் கதிர்வீச்சு வேறு என்னவிதமான பாதிப்புகளை ஏற்படுத்தும்?

செல்போன் கதிர்வீச்சு சிட்டுக்குருவிகளின் முட்டைகளைச் சிதைப்பதால், அவற்றின் எண்ணிக்கை சரிந்துவிட்டது என்று கூறப்படுகிறது. இந்த குற்றச்சாட்டை முன்வைத்தவர் சிட்டுக் குருவிகள் அழிவைப் பற்றி பிரபலப்படுத்திய பூனேயைச் சேர்ந்த முகமது திலாவர். மேற்கத்திய நாடுகள் சிலவற்றில் நடைபெற்ற ஆராய்ச்சிகளை முன்வைத்து, அவர் இந்தக் கூற்றை முன்வைத்தார். அந்த ஆராய்ச்சிகள் வல்லுநர்களால் மதிப்பீடு செய்யப்பட்ட ஆராய்ச்சிகள் இல்லை. கேரளம், அசாம் பல்கலைக்கழகங்களும் இதே காரணத்தை முன்வைத்தன. செல்போன் கதிர்வீச்சு என்பது டிவி, மைக்ரோவேவ் அவன் போன்றவற்றில், வெளியாகக் கூடிய சிற்றலை மின்காந்த கதிர்வீச்சு வகையைச் சேர்ந்தது. இது உடல்நலனை பாதிக்கலாம் என்ற குற்றச்சாட்டை சமீபத்திய ஆய்வுகள் சந்தேகிக்கின்றன. எக்ஸ்ரே கதிர்வீச்சு போன்றவை நீண்டகாலத்துக்கு உடலில் பட்டால், அவற்றிலிருந்து வரும் ஆற்றலை திசுக்கள் கிரகித்துக்கொண்டு மரபணுக் கட்டமைப்பு மாறக்கூடும். இதனால் உடலில் குறைபாடான வளர்ச்சி

ஏற்படலாம். ஆனால், நுண்ணலைகளோ, ரேடியோ அலைகளோ பாதிப்பு ஏற்படுத்தும் அளவுக்குத் திறனைக் கொண்டிருப்பதில்லை.

இந்நிலையில் செல்போன் கதிர்வீச்சு சிட்டுக்குருவிகளைப் பாதிப்பதில்லை என்று கோவை ஆனைக்கட்டியில் உள்ள சாலிம் அலி பறவையியல், இயற்கை அறிவியல் நிறுவனத்தின் ஆராய்ச்சி தெரிவிக்கிறது. இது தொடர்பாக கூடுதல் ஆராய்ச்சிகளையும் மேற்கொள்ள இருக்கிறது.

சிட்டுக்குருவிகள் அழிவுக்கு செல்போன் கதிர்வீச்சைத் தாண்டி உணவு கிடைக்கும்தன்மை, கூடுகட்டும் இடங்கள் குறைந்து விட்டதே முக்கியக் காரணம்.

நகர்மயமாக்கம் காரணமாகச் சிட்டுக்குருவிகளின் வாழிடம் அதிவேகமாக அழிந்துவிட்டது. மேலும் இப்போது தானியங்கள் ஞெகிழிப் பைகளில் வருவதால், குருவிகளுக்கு தானியங்கள் கிடைப்பதில்லை. குருவிக் குஞ்சுகளின் அதிவேக வளர்ச்சிக்குத் தோட்டங்களில் கிடைக்கும் புழு, பூச்சிகள்தான் முக்கிய உணவு. பூச்சிக்கொல்லிகள் அதிகரிப்பு, புழு பூச்சிகளைக் குறைத்துவிட்டது. இப்படியாக குஞ்சுகள் முதல் வளர்ந்த குருவிகள்வரை உணவு கிடைக்காமல் போவதாலேயே குருவியின் இனப்பெருக்கம் கடுமையாக பாதிக்கப்படுகிறது.

எனவே, சிட்டுக்குருவிகள் எண்ணிக்கை குறைந்ததற்கு செல்போனை வந்தடையும் கதிர்வீச்சோ, செல்போன் கோபுரங்களில் வெளியிடப்படும் கதிர்வீச்சோ நேரடிக் காரணம் என்று இதுவரை நிறுவப்படவில்லை.

மனிதர்களுக்கு என்ன பாதிப்பு?

சிட்டுக்குருவிகள் இருக்கட்டும். செல்போன் கதிர்வீச்சால், மனித உடல்நலனுக்கு எந்த மாதிரியான பாதிப்புகள் ஏற்படும்? இதுபற்றி இரண்டு விதமான வாதங்கள் தொடர்ச்சியாக வந்து கொண்டிருக்கின்றன.

செல்போன் கதிர்வீச்சு அதிக காலம் உடலில் படுவதால், மரபணு மாற்றத்தில் பங்காற்றுவதாகவோ, புற்றுநோய்க் கட்டிகளை உருவாக்குவதாகவோ எந்த அறிவியல் ஆராய்ச்சியும் இதுவரை நிறுவவில்லை. செல்போன் கதிர்வீச்சு, சீரமைக்க முடியாத உடல்நல பாதிப்பை ஏற்படுத்துவதில்லை என்று சமீபத்திய ஆராய்ச்சிகள் தெரிவிக்கின்றன.

“நமது மூளைச் செயல்பாடுகள் மின்சாரத்தால் இயக்கப் படுகின்றன. மின்காந்த அலைகளான செல்போன் கதிர்வீச்சு, நமது உடலில் செயல்படும் மின்சாரத்தில் இடையீடு செய்யும். இதனால் செல்போன் கோபுரங்கள் அருகே வாழும் மக்களுக்கு தலைவலி, வாந்தி போன்ற பாதிப்புகள் ஏற்படுவதாகச் சில

ஆராய்ச்சிகள் கூறுகின்றன. அதேநேரம், இதனால் புற்றுநோய் போன்ற பாதிப்புகள் ஏற்படுவதை உறுதிப்படுத்தும் ஆராய்ச்சிகள் இன்னும் நடக்கவில்லை. செல்போன் கதிர்வீச்சு ஏற்படுத்தும் பாதிப்புகள் தொடர்பான ஆராய்ச்சிகள் ஏன் இதுவரை முறைப்படி நடத்தப்படவில்லை என்பதும் கேள்விக்குரியது," என்கிறார் புதுவையைச் சேர்ந்த ஒரு இயற்பியலாளர். செல்போன் நிறுவனங்கள், சேவை வழங்கும் நிறுவனங்கள் செல்போன் கதிர்வீச்சின் பாதகங்களை நிரூபிக்கும் அறிவியல் ஆய்வுகள் இல்லை என்று கூறினாலும், அதிகப்படியான செல்போன் கதிர்வீச்சால் ஏற்படும் பாதிப்பாக சாதாரண மக்களும் உணரும் விஷயம், கேட்கும் தன்மை குறைவது.

மேலும், "செல்போன் கோபுரங்கள் அமைப்பதற்கான விதிமுறைகளைப் பல நாடுகள் கடுமையாக்கி உள்ளன. செல்போன் கோபுரங்களுக்கு அருகே வாழ்வது என்பது மைக்ரோவேவ் அவனுக்குள் வாழ்வதைப் போன்றது. மும்பையில் ஒரு மணி நேரத்துக்கு மேல் பயணிக்கும் ஒருவர், அதில் 90 சதவிகித நேரம் கடுமையான கதிர்வீச்சை எதிர்கொள்கிறார், என்று பம்பாய் ஐ.ஐ.டி. மின் பொறியியல் பேராசிரியர் கிரீஷ் குமார் உள்ளிட்டவர்கள் எச்சரித்து இருக்கிறார்கள்," என்று குறிப்பிடுகிறார் சென்னையைச் சேர்ந்த சுற்றுச்சூழல் எழுத்தாளர் நித்தியானந்த் ஜெயராமன்.

இன்றைய காலத்தில் செல்போன் பயன்பாட்டைக் குறைப்பது சாத்தியமில்லை. அதேநேரம், செல்போனில் அதிக நேரம் பேசாதீர்கள். ஹாண்ட்ஸ் ஃபிரீ கருவி அல்லது குறைந்த சப்தத்தில் வைத்து பேசுங்கள், நிலவழித் தொலைபேசியில் பேசுங்கள் என்று மருத்துவர்கள் ஆலோசனை தருகிறார்கள்.

நன்றி : தி இந்து (தமிழ்)

அழிவின் விளிம்பில் இருக்கும் மற்ற பறவைகள்

சிட்டுக்குருவிகள் உண்மையிலேயே அழியும் ஆபத்துக்குச் செல்லவில்லை. அவற்றின் எண்ணிக்கை சரிந்துள்ளது. ஆனால், இந்தியாவில் அழியும் ஆபத்துக்குத் தள்ளப்பட்ட பறவைகள் உண்மையிலேயே நிறைய இருக்கின்றன. 78 பறவை வகைகள் அழியும் ஆபத்தில் இருப்பதாக ஆய்வுகள் சுட்டிக்காட்டுகின்றன. அவற்றில் 13 பறவை வகைகள் மோசமான நிலையில் உள்ளன. அந்தப் பறவைகள்:

● Himalayan Quail—இமாலய காடை (1876இல் கடைசியாகப் பதிவு செய்யப்பட்டுள்ளது)

● Pink-headed Duck—செந்தலை வாத்து (1935இல் கடைசியாகப் பதிவு செய்யப்பட்டுள்ளது)

● White-bellied Heron-வெண் வயிற்று நாரை (250க்கும் குறைவான எண்ணிக்கையில் எஞ்சியுள்ளது)

● Egyptian Vulture-மஞ்சள் திருடிப் பாறு (இந்தியத் துணைக் கண்டத்தில் 1,000 ஜோடிகள் எஞ்சியுள்ளன)

● White-rumped Vulture-வெண்முதுகுப் பாறு (99 சதவிகிதம் அழிந்துவிட்டது. 11,000 மட்டுமே எஞ்சியுள்ளன)

● Indian Vulture-இந்தியப் பாறு (97 சதவிகிதம் அழிந்துவிட்டது. 44,000 மட்டுமே உள்ளன)

● Slender-billed Vulture-சிற்றலகுப் பாறு (1,000 மட்டுமே எஞ்சியுள்ளன)

● Bengal Florican-வங்காள வரகுகோழி (இந்தியாவில் 280 மட்டுமே எஞ்சியுள்ளன)

● Siberian Crane - சைபீரியக் கொக்கு (2002இல் கடைசி ஜோடி பதிவு செய்யப்பட்டது)

● Sociable Lapwing - கருங்கால் ஆள்காட்டி (2007 நவம்பரில் குஜராத் கச் ரண் பகுதியில் 45 பறவைகள் பதிவு செய்யப்பட்டன)

- Spoon-billed Sandpiper-கரண்டிவாய் உள்ளான் *(உலகில் 52—249 பறவைகள் மட்டுமே எஞ்சியுள்ளன)*
- Jerdon's Courser - கலுவிக்கோடி *(ஆந்திரபிரதேசத்தின் ஒரு மூலையில் 50க்கும் குறைவான பறவைகள் எஞ்சியுள்ளன)*
- Forest Owlet-காட்டுப் புள்ளி ஆந்தை *(98 பறவைகள் கடைசியாகப் பதிவு செய்யப்பட்டுள்ளன)*

நன்றி: The saga is dodoesque, Sheela reddy, Outlook, June 16, 2008

கவிதை

சிட்டு பைரவி

ஆசை

மூத்த டாகர் சகோதரர்களின்*
சிந்து பைரவி

ஆரம்பத்தில்
இடையிடையே பேசுகிறார்
ஒரு டாகர்

பிறகு ராகத்தில்
அவர் கலந்துகொள்ள
இடையிடையே
ச்சிர்ப் ச்சிர்ப்
என்ற சத்தம்
சீரான இடைவெளியில்

என்ன கருவி என்று
புலப்படவில்லை முதலில்

பிறகுதான் தெரிந்தது
அது சாகாவரம் பெற முயன்ற
ஒரு சிட்டுக்குருவியின் தந்திரம் என்று

ஆனாலும் சிட்டுக்குருவியே
உனது சபாவில் அத்துமீறிக் கச்சேரி செய்ய
என்ன தைரியம்
அந்த டாகர் சகோதரர்களுக்கு!

*டாகர் சகோதரர்கள், இந்துஸ்தானி இசையில் த்ருபத் பாணியில் பாடுவதில் புகழ்பெற்றவர்கள்

(க்ரியா வெளியீடான 'கொண்டலாத்தி', தமிழின் முதல் பறவையியல் கவிதைத் தொகுப்பில் இருந்து எடுக்கப்பட்ட கவிதை)

மேலும் வாசிக்க...

(இந்த புத்தகத்தை எழுதப் பயன்பட்ட எழுத்தும் படங்களும்)
கட்டுரைகள், புத்தகங்கள், ஆவணங்கள்

- சிட்டு (ஆவணப் படம்), கோவை சதாசிவம்
- வட்டமிடும் கழுகு, ச.முகமது அலி, சந்தியா பதிப்பகம்
- தமிழ்நாட்டுப் பறவைகள், முனைவர் க.ரத்னம், மெய்யப்பன் தமிழாய்வகம்
- குருவி பிடித்த காலம், ப.கோலப்பன், சொல்வனம் (solvanam.com)
- சிட்டுக்குருவி சில பதிவுகள், ப.செகநாதன், uyiriwordpress.com/2012/11/19/house-sparrow-in-tamil-film-songs/
- சிட்டுக்குருவிக்கு இல்லை கட்டுப்பாடு, ப. செகநாதன், தினமணி (கொண்டாட்டம்), 22 ஏப்ரல் 2012
- Birds from my window, Ranjit Lal, Thulika
- Joy of Bird watching, Vishwa Mohan Tiwari, National Book Trust
- On a Trail with Ants, Ajay Narendra, Sunil Kumar
- www.citizensparrow.in
- K.S. GopiSundar, Sparrows, science and species conservation in India, August 2011; http://www.kolkatabirds.com/sparrowgopi.htm
- Sumit Sen, Birds of India, <http:/birdsofindia-ssen.blogspot.in/2011/08/ fall-of-house sparrow-with-apologies-to.html>
- Vaidehi, Birds in Sangam Tamil, <http://birdsinsangamtamil.wordpress com/2011/05/01/birds-in-sangam-tamil/>
- On the Brink, Tehelka, Prerna Singh Bindra
- The fall of a sparrow, Sheela reddy, Outlook, May 12, 2008
- The saga is dodoesque, Sheela reddy, Outlook, June 16, 2008

www.citizensparrow.in இணையதளக் கணக்கெடுப்பு முடிவுகளை பகுப்பாய்வு செய்து உதவியவர் டெரி அமைப்பின் ஆராய்ச்சி மாணவர் கே.கார்த்தி. (கார்த்திக்கும், இந்த முடிவுகளை புத்தகத்தில் சேர்க்க வலியுறுத்திய காட்டுயிர் ஆராய்ச்சியாளர் ப.ஜெகநாதனுக்கும் நன்றி)

படங்கள்: இந்தப் புத்தகத்தில் பயன்படுத்தப்பட்டுள்ள பெரும்பாலான படங்கள்: விக்கிபீடியா படைப்பாக்கப் பொதுமங்கள் (Wikipedia Creative Commons)

மற்ற படங்களை எடுத்தவர்கள் விவரம்:

முன் அட்டை : வின்சிலின் வின்சென்ட்

பின் அட்டை: தரங்கிணி பாலசுப்ரமணியன்

அத்தியாயம் 1

கூட்டுக்குள் ஆண் குருவி: தரங்கினி பாலசுப்ரமணியன்

கூட்டுக்குள் பெண் குருவி: தரங்கினி பாலசுப்ரமணியன்

அத்தியாயம் 3

மண் குளியல்: தரங்கினி பாலசுப்ரமணியன்

மஞ்சள்தொண்டைச் சிட்டு: டி.ஆர்.ஏ.அருந்தவச்செல்வன்

அத்தியாயம் 4

கிளையில் ஆண் குருவி: ராம்கி

பெட்டிச் செய்தி: தரங்கினி பாலசுப்ரமணியன்

அத்தியாயம் 5

கீழே விழுந்த சிட்டுக்குருவி: இந்தியா நேச்சர் வாட்ச்

அரிசி உண்ணும் குருவிகள்: தரங்கினி பாலசுப்ரமணியன்

வெளிநாட்டு ஆண், பெண் ஜோடிக் குருவிகள், பெண் குருவி (பருவநிலைக்கு ஏற்ப மாற்றத்துடன்): நேஷனல் ஜியாகிரபிக்

முகமது திலாவர் ஓவியம்: டைம் இதழ், 24, செப்டம்பர், 2008

அத்தியாயம் 6

பறவை கூடு சிற்பம்: கேட் வின்சென்ட் (www.katevincent.org)

அத்தியாயம் 7

பெட்டிச செய்தி: ப.கோலப்பன்

அத்தியாயம் 8

ஒரு கவிதை: கேட் வின்சென்ட் (www.katevincent.org)

புத்தகத்தின் முதல் பதிப்புக்கு வந்த மதிப்புரைகள்

ஜூனியர் விகடனில் புத்தகனின் நூல் மதிப்புரை

சிட்டுக்குருவிகளைக் காணவில்லை. ஏன்?

செல்போன் டவர்கள் அதிகம் வந்த பிறகுதான் சிட்டுக்குருவிகள் காணமால் போனது என்று பொதுவாகச் சொல்லிக்கொண்டு இருக்கிறோம். அது உண்மையா? இல்லை என்று சொல்லும் இந்தப் புத்தகம். அதற்கான உண்மையான காரணத்தைப் பட்டியல் போடுகிறது.

‘மனிதர்களின் நாகரிக வளர்ச்சி, நவீன அறிவியல் தொழில் நுட்பம்தான் சிட்டுக்குருவிகளின் அழிவுக்குக் காரணம் என்று பிரிட்டன் ஆய்வுகள் செல்கின்றன. குருவிகளின் அழிவுக்கு அவை குறிப்பிடும் ஒரு காரணம் மட்டுமே செல்போன் கதிர்வீச்சு. ஆனால் அதைவிட முக்கியமான காரணம் பசுமைப் பரப்பு குறைந்ததே’ என்கிறார் ஆதி வள்ளிப்பன். மேலும் பூச்சிக்கொல்லிகள், அயல் தாவரங்கள் பெருகிவிட்டதன் காரணமாக, குருவிக் குஞ்சுகளுக்கு முக்கிய உணவான புழு, பூச்சிகள் கிடைப்பது இல்லை. நவீன கட்டடங்களில் குருவிகள் கூடு அமைக்க வசதி இல்லை. வேலிப் புதர்களுக்குப் பதிலாக இப்போதெல்லாம் இரும்பு வேலிகள் போடப்படுகின்றன. உணவுக்கும் இருப்பிடத்துக்கும் சிட்டுக்குருவிகளுடன் புறாக்கள், மைனாக்கள் போட்டியிடுகின்றன. ஓய்வெடுப்பதற்கு புதர்ச் செடிகள் இல்லை என்று வரிசையாக பட்டியலிடுகிறார்.

இப்படித்தான், ஒரு காலத்தில் குறிப்பிட்ட பல பகுதிகளில் இருந்த கானமயில் குறைந்துகொண்டே வருகிறது. வானத்தில் வட்டமிடும் பிணந்தின்னிக் கழுகுகளும் குறைந்து வருகிறது. பல அரிய பறவை இனங்கள் ஒவ்வொன்றாகக் குறைந்தும் அழிந்தும் வருவது சுற்றுச் சூழலுக்கு கேடானது.

‘சிட்டுக்குருவி எனது மனதுக்கு நெருக்கமான பறவை. மனிதர்களில் வீட்டு விலங்காக மாற்றப்படாத உயிரினங்களில் ஒன்று. அணில், காக்கை, குருவி, சிலந்தி, பல்லி, எறும்பு ஆகியவை வாழ உகந்த சூழ்நிலை உள்ள வீடுகளுக்குள் வந்துவிடும்.

மனிதனின் உதவியுடன் உலகம் முழுக்க பரவிய பறவை ஒன்று உண்டென்றால் அது சிட்டுக்குருவியே. இது இப்படி வெற்றிகரமாகப்

பரவியதற்குக் காரணம், மனிதரை அண்டி வாழும் பண்புதான். இந்திய மொழிகளில் ஏதாவது ஒரு பறவையை எடுத்துக்காட்டுக்குச் சுட்டுவதென்றால் முதலில் குருவியையே அனைவரும் சொல்வார்கள்' என்று அன்பு உணர்வோடு அடையாளப்படுத்தப்படும் சிட்டுக்குருவிகளைப் பற்றிய நுணுக்கமான தகவல்கள் இந்தப் புத்தகத்தில் அழகிய படங்களுடன் இருக்கின்றன.

சிட்டுக் குருவிகளை பாதுகாக்க என்ன செய்யலாம் என்பதற்கு ஆதி வள்ளியப்பன் பட்டியல் கொடுக்கிறார். ஆல், அரசு மாதிரியான மரங்கள், அவரை, புடலை மாதிரியான கொடிகளை வளர்க்க வேண்டும். குறிப்பாக, வேலியோரத் தாவரங்களை வளர்க்கவேண்டும். தோட்டங்களில் வேதி உரங்கள் இடுவதை தவிர்க்க வேண்டும். சிட்டுக்குருவிகளுக்கு தானியங்களை உணவாக வைக்க வேண்டும். வெயில் காலத்தில் அகலமான பாத்திரத்தில் தண்ணீர் வைக்க வேண்டும்.

இவை எல்லாம் ஏதோ சிட்டுக்குருவிகளின் நன்மைக்காக மட்டும் அல்ல, நமக்காகவும்தான். பறவையியல் அறிஞர் சாலிம் அலி சொன்னார், 'மனிதர்கள் இன்றிப் பறவைகள் வாழும், பறவைகள் இன்றி மனிதர்களால் வாழ முடியாது'.

-புத்தகன்.
நன்றி: ஜூனியர் விகடன், 01/05/2013.

The Hindu Metroplus, May 10, 2013

Chittu, by Adhi Valliappan, broke the myth that cellphone towers caused sparrow disappearance and explained the true reasons for it, said journalist Pramila Krishnan. It would make an ideal book for school kids and would teach them to build nests.

Towards a green glossary,
- Geeta Padmanabhan

The New Indian Express, Mar 20, 2013

'Shift focus on endangered birds on World Sparrow Day'

The book Chittu - Kuruvigalin Vaazhvum Veezhchiyum, authored by well-known environment writer Adhi Valliappan and published by Thadaagam publishers, contains complete information about house sparrows. 'Only adult sparrows take cereals as food; sparrows build nest only for laying eggs; sparrows come under Schedule 4 of the Wildlife Protection Act,' these are some of the interesting facts mentioned in the book.

Speaking to City Express, Adhi Valliappan said, "It was at a young age that I developed a bond with sparrows. Today, we are not able to see sparrows in the city because urban environment is deteriorating. There is no scientific evidence for the allegation that sparrows are becoming extinct because of radiation from cellphone towers."

- N Vinoth Kumar

ராஜராஜன் ராஜமகேந்திரனின் வலைப்பூ

இது (சிட்டு : குருவிகளின் வாழ்வும் வீழ்ச்சியும்) ஒரு முக்கியமான புத்தகமாய் எனக்கு பட்டது. இந்த புத்தகத்தை நான் வாங்கிக் கொஞ்சம் புரட்டி பார்த்தேன். சிட்டுக்குருவிகள் அழிவிற்கு செல்போன்டவர்கள்தான் காரணம் என்று ஒரு பரவலான கருத்து இருக்கிறது அல்லவா. அது தவறு என்று இந்த புத்தகத்தின் வாயிலாகத்தான் தெரிந்தது. இந்த புத்தகத்தில் சிட்டுக்குருவிகளின் அழகிய புகைப்படங்களும் கவனத்தை ஈர்க்கின்றன. சிட்டுக்குருவிகளை அறிமுகம் செய்து, அவற்றின் வாழ்க்கை முறை, மனிதர்களும் சிட்டுக்குருவிகளும், சிட்டுக்குருவிகளின்

அழிவு எனத் தொடர்ந்து சொல்கிறார் ஆசிரியர். பறவையியல் அறிஞர் சாலிம் அலி தனது சுயசரிதைக்கு 'ஒரு சிட்டுக்குருவியின் வீழ்ச்சி' என ஏன் பெயரிட்டார் என்பது போன்ற சுவாரசியமான தகவல்கள் இந்தப் புத்தகத்தில் நிறைய இருக்கின்றன.

Sunday, May 5, 2013

http://mounampesummozhi.blogspot.in/2013/05/blog-post.html

சிட்டுக்குருவி, சிட்டுக்குருவி சேதி தெரியுமா ?

(எஸ்.எஸ். சிவசங்கரின் வலைப்பூ)

புத்தகக் காட்சியில் வாங்கிய புத்தகத்தில் முதலில் படிச்சது.

சிட்டுக்குருவி எல்லோரது வாழ்விலும் பின்னி பிணைந்தது. சமீப காலமாக சிட்டுகளின் எண்ணிக்கை குறைந்து வருகிறது என்ற பரபரப்பால் இந்தப் புத்தகம் கவனம் ஈர்த்தது.

மக்கள் பிரச்சினையைவிட சிட்டு பிரச்சினை முக்கியமா என ஒரு எண்ணம் ஏற்படும். இதுவும் மக்கள் பிரச்சினையே. எல்லா உயிரிகளும் இணைந்து ஒரு உயிரி வட்டம் உண்டு, அதில் ஒரு கண்ணி விடுபட்டாலும் உலக இயக்கம் பாதிக்கப்படும்.

விவசாயத்திற்கு ஊறு விளைவிக்கக்கூடிய பூச்சிகளை, புழுக்களை அழிப்பதற்கு சிட்டு போன்ற பறவைகள் அவசியம். அது குறித்த விவரங்களைக் கொண்டதே இந்தப் புத்தகம்.

சமீபத்திய ஆய்வில் பாம்பும் காப்பாற்றப் படவேண்டிய ஒரு ஜீவன் என்பது வெளிப்பட்டுள்ளது. வயல்வெளிகளில் நாசம் செய்யும் எலிகளை கட்டுப்படுத்த பாம்பு வாழ வேண்டும். அதுபோலத்தான் சிட்டும்.

சிட்டுக்குருவிகளை அறிமுகப்படுத்துவதுடன், அதன் வாழ்க்கை முறை, அழிவு, கணக்கெடுப்பு, காப்பற்ற வழிமுறை எனப் பல அத்தியாயங்களாக இப்புத்தகம் தொகுக்கப்பட்டுள்ளது.

சிலரது வாழ்வில் சிட்டு ஏற்படுத்திய அனுபவங்களை இணைத்திருப்பது சுவாரஸ்யம், நமக்கும் மலரும் நினைவுகள் எட்டிப் பார்க்கின்றன. அதன் படங்களையும் தொகுத்திருப்பது பயனுள்ளது. பாரதியாருக்கு பிடித்தமான பறவை, அவரது கவிதையில் இடம் பிடித்தது சிட்டு.

பறவையியல் ஆராய்ச்சியாளர் சாலிம் அலி தன் சுயசரிதைக்கு வைத்த தலைப்பு 'ஒரு சிட்டுக்குருவியின் வீழ்ச்சி'. இப்படிப் பல சுவாரஸ்ய தகவல்கள்.

மேம்போக்காக இல்லாமல் சற்றே ஆய்வுகளையும் இணைத்து, அதே சமயம் இலகுவாகவும் கொடுத்திருப்பதற்கு புத்தக ஆசிரியரைப் பாராட்ட வேண்டும். சுற்றுச்சூழலியலில் ஆர்வம் உள்ளவர்கள் மாத்திரம் அல்ல, அனைவருக்குமான புத்தகம் இது.

புதன், 29 ஜனவரி, 2014

http://ss-sivasankar.blogspot.in/2014/01/blog-post_29.html

சிட்டுக்களின் வாழ்வு சிறகடிக்குமா...?

(சிட்டு:குருவியின் வாழ்வும் வீழ்ச்சியும்...
இளைஞர் முழக்கத்தில் வெளியான நூல் மதிப்புரை)

ஏ.சண்முகானந்தம், 'காடு' இதழ் ஆசிரியர்
மற்றும் காட்டுயிர் ஒளிப்படக் கலைஞர்.

சென்னையின் பிரதான பகுதியான ராயபுரத்தில், எங்கள் வீட்டிற்கு அருகில் 'திரௌபதி அம்மன் கோவில்' ஒன்று இருந்தது. கோயிலை சுற்றி வேலம், வாதுமை, நெல்லி போன்ற மரங்கள் அடர்த்தியாக இருந்த, 1980—களின் தொடக்க காலம். அடர்ந்து வளர்ந்திருக்கும் மரங்களே எங்களுக்கான விளையாட்டுக் களம். எங்களது விளையாட்டுக்கு இடையில், மரங்களில் இருந்து பறந்து செல்லும் பலவித பறவைகளை பெயர் தெரியாமல் ரசித்திருக்கிறோம். அதில் பெயர் தெரிந்த ஒரே பறவை 'சிட்டுக்குருவி' தான். ராயபுரத்தில் இருந்து இடம்பெயர்ந்த இந்த இருபத்தைந்து ஆண்டுகளில், அப்பகுதி 'கான்கிரீட் காடாக, மாறிப்போனதால், சிட்டுகளும் தங்கள் வாழிடங்களை இழந்தன.

தற்போது நாங்கள் இருக்கும் திருவொற்றியூரில் பல தெருக்களில் வரவேற்பது சிட்டுக்களாகவே இருக்கின்றன. திருவொற்றியூருக்கும் ஒரு நாள், ராயபுரத்தின் நிலை வரலாம். அப்போதும் சிட்டுக்கள் வாழ்விடம் தேடி இடம்பெயருமா...? இல்லையெனில் அழிவை சந்திக்குமா...? இதுவே 'சிட்டு' நூலைப் படித்து முடித்தபோது என்னுள் எழுந்த கேள்வியாக இருந்தது. முதலாளித்துவத்தின் வளர்ச்சி என்பது, ஒடுக்கப்பட்ட மக்களுக்கு மட்டுமல்லாது, காட்டுயிர்களுக்கும் எதிராகவே உள்ளது என்பதுதான் வரலாறாக உள்ளது.

நகரம் சார்ந்து வாழும் மக்கள் காக்கை, குருவி, நாகணவாய், புறா, கிளி போன்ற பறவைகளை அறிந்திருப்பார்கள். மனிதர் வசிப்பிடங்களில் கூடமைத்து எளிதாக இனப்பெருக்கம் செய்யும் இயல்பு கொண்ட சிட்டுக்குருவிகள் வாழ ஏற்ற இடமாக சென்னை உள்ளிட்ட பெருநகரங்கள் இருபது ஆண்டுகளுக்கு முன்புவரை இருந்தன. இன்று முதலாளித்துவத்தின் வளர்ச்சி, நகரமயமாக்கலின் விளைவாக கண்ணாடி பதித்த, நெடிதுயர்ந்த, விண்ணை முட்டும் கட்டடங்களுக்கு முன், எளிய சிட்டுக்கள் தூக்கி தூர எறியப்பட்டு விட்டன.

தமிழில் பசுமை இலக்கியம் கடந்த சில ஆண்டுகளாக குறிப் பிடத்தக்க முன்னேற்றத்தை எட்டியுள்ளது. 'யானைகள்; அழியும் பேருயிர்', 'பாம்பு என்றால்?' (ச.முகமது அலி) ஆகிய உயிரின நூல்களின் வரிசையில், 'சிட்டுக்குருவிகளின் வாழ்வும் வீழ்ச்சியும்' நூல் ஆதி வள்ளியப்பனின் எழுத்தில் அறிவியல் செய்திகளை உள்ளடக்கி வெளிவந்துள்ளது. ஒரு பறவையின் வாழ்க்கை முறை, செயல்பாடுகளை முழுமையாக பதிவு செய்திருப்பது தமிழில் இதுவே முதல் முயற்சி.

மனிதருடன் நெருங்கிப் பழகும் சிட்டுக்குருவி அல்லது ஊர்க்குருவி சிறியதானாலும், தொன்மையான உலகப் (Old World) பறவைகளுள் ஒன்று என்பது குறிப்பிடத்தக்கது. சிட்டு நூலில், பத்து தலைப்புகளில் சிட்டுகள் பற்றிய அறிமுகம், வாழ்வியல் செயல்பாடுகள், அழிவுக்கான காரணங்கள், பாதுகாப்பதன் அவசியம் எனப் பல புதிய தகவல்களுடன் அறிவியல்பூர்வமாக ஆசிரியர் பேசியுள்ளார். மேலைநாடுகளில் சிட்டுகளின் பரவலாக்கம், அழிவில் இருந்து காப்பாற்ற எடுக்கப்பட வேண்டிய நடவடிக்கைகள் குறித்து ஆய்வு செய்து, அதற்கேற்ப செயல்பாட்டில் இறங்குகின்றனர். இந்தியாவில் அது குறித்தான ஆராய்ச்சி முறைப்படுத்தப்படாமலேயே இருக்கிறது என்பதை ஆசிரியர் சுட்டிக்காட்டியுள்ளார்.

சென்ற ஆண்டு எடுக்கப்பட்ட இணையதள கணக்கெடுப்பும், மாதிரி கணக்கெடுப்புதான் என்கிறார். ஒரு உயிரினத்தைக் காக்க, நமது சூழலியல் நடவடிக்கைகளை சரியான பாதைக்கு மாற்றிக் கொள்வதே அவசியமான செயல். இன்று மக்களின் பொதுப் புத்தியில் படிந்திருக்கும் 'அலைபேசி கோபுரத்தால் சிட்டுகள் அழிகின்றன' என்ற சொல்லாடல் உருவான வரலாற்றையும், அலைபேசி கோபுரத்தால் சிட்டுகள் அழியவில்லை என்பதை மேல்நாட்டு ஆய்வின் அடிப்படையில் கூறுகிறார்.

நமது வாழ்க்கை முறை மாறுவதுதான் சிட்டுக்களின் அழிவுக்கு முக்கிய காரணம் என்பதையும் சுட்டிக்காட்டுகிறார். சிட்டுகள் குறித்து நிலவும் எதிர்மறை கருத்துகளைப் புறந்தள்ளி, அறிவியல் பூர்வமான தகவல்களை மக்களுக்கு தருவதில்தான் நம் பணி அடங்கி இருக்கிறது. அந்தப் பணியை ஆதி வள்ளியபபனின 'சிட்டுக்குருவியின் வாழ்வும் வீழசசியும' நூல செவ்வனே நிறை வேற்றுகிறது.

'ஒட்டுமொத்த சூழலியலை பாதுகாப்பதன் அவசியத்தை வலியுறுத்த வேண்டும். அந்த பெரு முயற்சியில் இந்த குறுநூலும் சிறு துரும்பை அசைத்தாலும் மகிழ்வேன்' என முன்னுரையில் ஆதி வள்ளியப்பன் குறிப்பிட்டுள்ளார். முன்னுரையில் ஆசிரியர் குறிப்பிட்ட 'சிறுதுரும்பை அசைக்கும்' சக்தி 'சிட்டு' நூலுக்கு

இருப்பதாக உறுதியாகக் கூறலாம். ஒளிப்படங்கள் ஒழுங்கமைக் கப்படாமல் இருப்பது, எழுத்துப் பிழைகள், அட்டை வடிவமைப்பின் ஒழுங்கின்மை என நூலில் காணப்படும் குறைகளை அக்கறை எடுத்து முறைப்படுத்தி இருக்கலாம். ஒளிப்படங்கள் நூலுக்கு அழகு சேர்க்கின்றன. இச்சிறு நூலை தரமான தாளில் குழந்தைகள் முதல் பெரியவர் வரை வாசிப்பதற்கு ஏற்ப அழகிய வடிவில் தடாகம் வெளியிட்டுள்ளது.

நன்றி: இளைஞர் முழக்கம்